പി.ഐ. ശങ്കരനാരായണൻ

1945-ൽ കണ്ണൂരിലാണ് ജനനം. കോളേജ് വിദ്യാഭ്യാസത്തിനുശേഷം എറണാകുളത്തും കോഴിക്കോട്ടും ആറു വർഷത്തെ പത്രപ്രവർത്തനം.

1974-ൽ എറണാകുളത്തു കേന്ദ്രഗവൺമെന്റു സ്ഥാപനമായ ഏലം (സ്പൈസസ്) ബോർഡിൽ ഉദ്യോഗസ്ഥനായി. ഏലം/സ്പൈസസ് ഇന്ത്യ മാസികകളുടെ പത്രാധിപരായിരുന്നു; 'ഏലം ഒരു ശീലമാക്കൂ' എന്ന പരസ്യവാക്യത്തിന്റെ ഉപജ്ഞാതാവും. പക്ഷെ, അഴിമതികളെ എതിർക്കുകയാൽ, സ്ഥാപനത്തിനു പുറത്തായി ജോലികൾ!

അമ്പതിലധികം ബാലസാഹിത്യ കൃതികൾ പ്രസിദ്ധപ്പെടുത്തിയിട്ടുണ്ട്. മുതിർന്നവർക്കുവേണ്ടി പത്തു പുസ്തകങ്ങൾ വേറെയും. 'ശങ്കരനാരാ' എന്ന തൂലികാനാമത്തിൽ ഹാസ്യകവിതകൾ, ലേഖനങ്ങൾ എന്നിവയും എഴുതാറുണ്ട്.

1987-88 മുതൽ 'മലയാളം ഒരു ശീലമാക്കൂ' എന്ന പ്രചാരണവുമായി ഇറങ്ങി. സാഹിത്യ പരിഷത്തു വഴി ഭാഷാദിനാചരണത്തിനു തുടക്കം കുറിച്ചു. ഇപ്പോഴതു സംസ്ഥാനവ്യാപകമായി, വാരാചരണമായി വളർന്നിട്ടുണ്ട്. ആകാശവാണി കൊച്ചി നിലയത്തിലൂടെ കുട്ടികൾക്കായി 'മധുരമീ മലയാളം' എന്ന പരിപാടി അവതരിപ്പിച്ചു.

നിരവധി സാഹിത്യ-സാംസ്കാരിക സംഘടനകളിൽ അംഗമാണ്. ചിലതു രൂപീകരിക്കുകയും ചെയ്തു. ഇന്ത്യയിലെ വിവിധ സംസ്ഥാനങ്ങളിൽ സാഹിത്യ സെമിനാറുകളിൽ പങ്കെടുക്കുകയും പ്രബന്ധങ്ങൾ അവതരിപ്പിക്കുകയും ചെയ്തിട്ടുണ്ട്. അപൂർവമായി ഇംഗ്ലീഷിലും എഴുതുന്നു. ധാരാളം റേഡിയോ നാടകങ്ങളിലും ടി.വി. പരിപാടികളിലും പങ്കെടുത്തിട്ടുണ്ട്. ചില കാസറ്റുകളും ഇറക്കി.

കേന്ദ്രഗവൺമെന്റിന്റെ ത്രിവത്സര ഗവേഷണ ഫെല്ലോഷിപ്പ്, ബാലസാഹിത്യ ഇൻസ്റ്റിറ്റ്യൂട്ടിന്റെ അവാർഡ്, തോന്നയ്ക്കൽ കുമാരനാശാൻ സ്മാരക കവിതാ സമ്മാനം, ഉപഭോക്തൃ ബോധവൽക്കരണ അവാർഡ്, അൽബെരിയോണെ അവാർഡ് എന്നിവ ലഭിച്ചു.

കുട്ടികളിലും മുതിർന്നവരിലും നന്മകൾ വളർത്താൻ നവമന ബാലവികാസകേന്ദ്രം, നവമന വികാസ കേന്ദ്രം എന്നിവ സ്ഥാപിച്ചു. ജീവിതമൂല്യങ്ങൾക്ക് ഊന്നൽ നൽകുന്ന കവിത-കഥ ക്ലാസ്സുകളും ആധ്യാത്മിക പ്രഭാഷണങ്ങളും നടത്തിവരുന്നു.

വിലാസം: 'നവമന', ഐ.ആർ.എ. 89, ഇടപ്പള്ളി, കൊച്ചി - 682 024.
ഫോൺ: 0484-2338780, 93884 14034

Malayalam Language
Devathayude Swapnam
(Children's Literature)
by
P. I. Sankaranarayanan

♦

Published in August 2014
Second Impression August 2019
by Kairali Books Private Limited
Thalikkavu Road, Kannur.
Ph : 0497 2761200
E-Mail : kairalibooksknr@gmail.com

♦

Cover & Illustration :
Venki

♦

Price ₹ : 150.00
28/14-15/SI.No.626/POD100/NS 18.6
ISBN.978-93-89250-08-4

ദേവതയുടെ സ്വപ്നം

പി ഐ ശങ്കരനാരായണൻ

കൈരളി ബുക്സ്

ഉള്ളടക്കം

ഒരു ദേവതയുടെ സ്വപ്നം

ഭൂമിയുടെ ആദ്യകാലം......
കണ്ണെത്താത്ത, അലയടിക്കുന്ന നീലസമുദ്രം.
കരയാകട്ടെ, അതിരറിയാത്ത പച്ചപ്പുൽ സമുദ്രവും!
അതെ, പച്ചപ്പുല്ലുകൾ മാത്രം. ഒരൊറ്റമരവും ഇല്ല!
ജീവന്റെ തുടിപ്പുകൾക്ക് തുടക്കമാവുന്നതേയുള്ളൂ.

ദേവന്മാരും ദേവതന്മാരും ഭൂമിയിൽ വരുമായിരുന്നു. സ്വർഗത്തേക്കാൾ ഭൂമി അവർക്ക് പ്രിയങ്കരം.

കടലിലും കരയിലും അവർ നൃത്തം ചെയ്യുമായിരുന്നു. കളിച്ചുരസിക്കുമായിരുന്നു.

ഒരിക്കൽ നൃത്തം ചെയ്തു തളർന്ന ഒരു ദേവത പുൽത്തകിടിയിൽ മലർന്നു കിടപ്പായി.

ഏകാന്തതയിൽ അൽപം വിശ്രമം. അവർ ആകാശത്തേയ്ക്കു നോക്കി. തിളങ്ങി നിൽക്കുകയാണ് സൂര്യൻ. ദേവത സ്വയം പറഞ്ഞു:

'എന്തു രസമാണ്, സൂര്യനേയും ആകാശത്തേയും നോക്കി ഇങ്ങനെ കിടക്കാൻ! ഇവിടെനിന്നു വളർന്നുവളർന്ന് സൂര്യനെ തൊടാൻ കഴിഞ്ഞെങ്കിൽ.....'

ദേവമുഖ്യൻ അതു കേൾക്കാനിടയായി.

'നിന്റെ ആഗ്രഹം അതാണെങ്കിൽ അങ്ങനെ വളർന്നോളൂ.' അദ്ദേഹം അനുഗ്രഹിച്ചു.

ദേവതയ്ക്ക് പിന്നെ അവിടെനിന്ന് ഇളകാൻ വയ്യാതായി.

ഭൂമിയിൽ അവൾക്കു വേരുകൾ ഉണ്ടായിക്കഴിഞ്ഞിരുന്നു. അവൾ ഒരു ചെടിയായി ക്കഴിഞ്ഞിരുന്നു!

പുല്ലുകളിൽ നിന്ന് വ്യത്യസ്തമായ ഒരു ചെടി. അത് വളർന്ന് വലിയ ഒരു മരമായി.

സൂര്യനെച്ചെന്നു തൊടണം എന്ന ഒരേയൊരു ആഗ്രഹവു മായി മരം വളർന്നുകൊണ്ടിരുന്നു.

അതു കാൺകെ സൂര്യനു ഭയമായി. സൂര്യൻ ദേവേന്ദ്രനോട് പറഞ്ഞു:

'ഇതു കണ്ടില്ലേ, ഈ മരത്തിന്റെ വളർച്ച? ഇവളെന്നെ വന്നു തൊടുമെന്നു തോന്നുന്നല്ലോ? ആകെ കുഴപ്പമാകുന്ന ലക്ഷണ മാണ്. ഉടനെ എന്തെങ്കിലും ചെയ്യൂ.'

'നിന്റെ ചൂടൊന്നു വർധിപ്പിക്കൂ.' ദേവേന്ദ്രൻ പറഞ്ഞു.

'മറ്റു കാര്യങ്ങൾ ഞാൻ നോക്കിക്കൊള്ളാം.'

സൂര്യൻ അത്യുഗ്രമായി ജ്വലിച്ചു തുടങ്ങി. മരത്തിന് അപ്പോൾ വല്ലാതെ ദാഹിച്ചും തുടങ്ങി. ഭൂമിക്കടിയിൽ ജലം തേടുകയായി വേരുകൾ. ശ്രദ്ധ അതിലായപ്പോൾ, ദാഹം വർധിച്ചപ്പോൾ ഉയര ത്തിലേക്കുള്ള യാത്രയുടെ കാര്യം മരത്തിന് മാറ്റിവെയ്ക്കേണ്ടി വന്നു.

ഇതിനിടയിൽ ദേവേന്ദ്രൻ മറ്റൊരു പണി കൂടി ചെയ്തു. കട ലിൽ നിന്ന് നിരവധി മേഘങ്ങളെ അയച്ച് ആകാശം നിറച്ചു.

താമസിയാതെ കഠിനമായ മഴ പെയ്തു. തുടർച്ചയായ മഴ. മരത്തിന് സന്തോഷമായി. വലിയ ആശ്വാസവും. സൂര്യനെപ്പറ്റി അവൾ ഓർത്തതേയില്ല. ആകാശത്തിൽ സൂര്യനെ കാണാനുമി ല്ല. കാണുമ്പോഴല്ലേ തൊടാനുള്ള മോഹം കൂടുന്നത്!

ദിവസങ്ങൾ കുറെ കഴിഞ്ഞു. അന്തരീക്ഷം തെളിഞ്ഞു. സൂര്യനും വന്നു. മരം തന്റെ ആഗ്രഹവുമായി വീണ്ടും വളരാൻ തുടങ്ങി.

ഇനി എങ്ങനെയാണ് മരത്തെ തടയുക എന്ന ചിന്തയായി ദേവേന്ദ്രന്. അദ്ദേഹം മരത്തിലെ ഇലകളെല്ലാം പൊഴിച്ചു കള

ഞ്ഞു. അതിൽ നിറയെ തളിരിലകൾ നിറച്ചു.

അതു കണ്ടപ്പോൾ മഞ്ഞുകാലത്തിന്റെ കുളിര് പുറത്തുമാത്രമല്ല, മരത്തിന്റെ മനസ്സിലും അനുഭവപ്പെട്ടു!

താൻ മനോഹരിയായിരിക്കുന്നു! തളിരിലകൾ കാറ്റിലിളകി അവൾ ചിരിച്ചു. ആ ചിരികൾക്കിടയിലാണ് പൂക്കൾ വിരിഞ്ഞു തുടങ്ങിയത്. പൂക്കളുടെ ഭംഗിയും അവളെ ആഹ്ലാദിപ്പിച്ചു.

പൂക്കളിലെ തേൻ നുകരാൻ അപ്പോൾ പൂമ്പാറ്റകളും എത്തിക്കഴിഞ്ഞു. ഇവയെല്ലാം നോക്കി സന്തോഷത്തിൽ മതി മറക്കേ, ഉയരത്തിലേക്കുള്ള യാത്രയുടെ കാര്യം അവളോർത്തില്ല!

പൂക്കൾ പൊഴിഞ്ഞു പോകുകയും അവിടെ കായ്കൾ സ്ഥാനം പിടിക്കുകയും ചെയ്തു.

എന്തോ ഒരു ഭാരം അവൾക്ക് അനുഭവപ്പെട്ടു. സന്തോഷകരമായ ഒരു ഭാരം!

ഇതിനകം ജീവന്റെ പുതിയ ചലനങ്ങൾ ഭൂമിയിൽ ദൃശ്യമായി കഴിഞ്ഞിരുന്നു.

മരത്തിൽനിന്നും കായ്കൾ തിന്നാൻ പക്ഷികളും താഴെ വീഴുന്നതു ഭക്ഷിക്കാൻ ചില ജീവികളും മനുഷ്യരും എത്തിക്കഴിഞ്ഞിരുന്നു. ആ കൗതുകക്കാഴ്ചകൾ നോക്കിനിൽക്കേ മാനം ഇരുളാൻ തുടങ്ങി. കാറ്റുവീശി, ഭൂമി മഴയുടെ നൃത്തവേദിയായി.

കുറച്ചുനാളത്തെ ഇടവേളയ്ക്കുശേഷം തെളിഞ്ഞുവന്ന സൂര്യനെ മരം ഒന്നുനോക്കി. പിന്നീടു ചുറ്റിലും കണ്ണോടിച്ചു.

എന്താണത്? പുല്ലിൻനിരകൾക്കുമീതെ തലയുയർത്തി നിൽക്കുന്നത് എന്താണ്? തന്നെപ്പോലെയുണ്ടല്ലോ? ഹാ! ഇത് എന്റെ കുഞ്ഞുങ്ങൾ തന്നെയല്ലേ?

അവൾ ആഹ്ലാദംകൊണ്ട് ഇലകളിളക്കി ശബ്ദമുണ്ടാക്കി. കാറ്റത്തുലഞ്ഞ കൊമ്പുകൾ ചായ്ച്ചു കുഞ്ഞുങ്ങളെ ചുംബിക്കാൻ ഒരു വൃഥാശ്രമവും നടത്തി.

സൂര്യനിലേക്കു വളരുന്ന കാര്യം മരം പൂർണമായി മറന്നു. തന്റെ കുഞ്ഞുങ്ങളിതാ താഴെ! അവരുടെ ഇലയിളക്കങ്ങളും

വളർച്ചയും ശ്രദ്ധിച്ചുകൊണ്ടായി പിന്നെ മരത്തിന്റെ നിൽപ്. ഇതു തന്നെയാണ് തന്റെ സ്വർഗമെന്ന് അവൾ കരുതി.

ആ കുഞ്ഞുങ്ങൾ വളർന്നു. അവരുടെ കുഞ്ഞുങ്ങളും കുഞ്ഞുങ്ങളും വളർന്നു. അങ്ങനെ മരങ്ങൾ ഇടതിങ്ങി വ്യാപിച്ചാണ് ഭൂമിയിൽ വനം ഉണ്ടായത്.

ഒരു ദേവതയുടെ മോഹം വനമായി. ആ ദേവത വനദേവതയായി!

തണലായും തളിരായും പൂവായും കായായും കാരുണ്യമായും ജീവജാലങ്ങളെ മുഴുവൻ ആനന്ദിപ്പിക്കുന്ന ദേവതയാണവൾ. ഭൂമിയിൽ സ്വർഗം പണിയാൻ കൊതിക്കുന്നവൾ.

പക്ഷെ, മനുഷ്യൻ.....

അവന്റെ മോഹങ്ങൾക്ക് അതിരുകളില്ല. മനസ്സിൽ അലിവുമില്ല!

സൂര്യനേക്കാൾ ഉയരത്തിൽ. നക്ഷത്രങ്ങളിലേക്കു കുതിക്കുകയാണ് മനുഷ്യൻ. അതിനുള്ള ഊർജം നേടാൻ വേണ്ടി അമ്മയായ വനദേവതയെ - ഭൂമിയെ - വെട്ടിച്ചുടാൻ അവൻ മടിക്കുന്നില്ല. സ്വന്തം കുഞ്ഞുങ്ങളെപ്പറ്റിയും അവനു ചിന്തയില്ല.

ഇതൊക്കെയും കണ്ടു കണ്ണീരു വറ്റിയ വർഷകാലമേഘങ്ങളിതാ ആകാശങ്ങളിൽ അലയുന്നു! കരയെചുറ്റി ഉയരുന്ന സാഗരവീചികൾ രോഷത്തോടെ ചോദിക്കുകയും ചെയ്യുന്നു:

'ഹേ, മനുഷ്യാ! നിന്റെ യാത്ര എങ്ങോട്ടാണ്? എവിടം വരെയാണ്?

അരുവിപ്പെണ്ണിന്റെ ജീവിതയാത്ര

മലമുകളിൽനിന്ന് ഒഴുകിയിറങ്ങിയ ഒരു അരുവി ഇടക്കുന്നിലെ തടാകം കണ്ടപ്പോൾ സന്തോഷിച്ചു. അവൾ അങ്ങോട്ട് കയറിച്ചെന്ന് തടാകത്തിനോട് ചോദിച്ചു:

'ചേച്ചീ! ഞാനും ചേച്ചിയുടെ കൂടെ താമസിച്ചോട്ടെ?'

'ഛീ! ആരാടീ നിന്റെ ചേച്ചി? മെലിഞ്ഞ് വിളർത്തു മലിന വസ്ത്രം ചുറ്റി, വലിഞ്ഞു കേറി വന്നിരിക്കുന്നു ഒരുത്തി! പോടീ അസത്തേ, പോ...... പോ!'

ഓർക്കാപ്പുറത്തുള്ള ആ ശകാരം കേട്ട് അരുവിപ്പെണ്ണ് വല്ലാതെ പേടിച്ചു. അവൾ തടാകത്തിൽനിന്ന് ഇറങ്ങി ഓടി. താഴേക്ക്.... താഴേക്ക്.

കുറെ ചെന്നപ്പോൾ അവളൊരു പുഴ കണ്ടു.

'പുഴച്ചേട്ടാ, ഒന്നു നിൽക്കണേ! ഒരു കാര്യം ചോദിച്ചോട്ടെ?' അരുവിപ്പെണ്ണ് പുഴയോടു ചോദിച്ചു.

'എനിക്കൽപം ധിറുതിയുണ്ട്. ഞാൻ എന്റെ അമ്മയുടെ അടുത്തേക്ക് പോവുകയാണ്. നിൽക്കാനൊന്നും പറ്റൂല്ല. കാര്യമെന്താണെന്നുവച്ചാൽ പറ.

'കാര്യം.....അത്......അതു ഞാൻ പറഞ്ഞാൽ ചേട്ടൻ ദേഷ്യപ്പെടുമോ? തടാകച്ചേച്ചിയിൽ നിന്നുണ്ടായ മോശമായ അനുഭവം മൂലമാണ് അവൾ അത്ര മടിച്ചത്.

'ദേഷ്യപ്പെടില്ല. നീ ധൈര്യമായി പറഞ്ഞോളൂ.'

'ചേട്ടന്റെ കൂടെ ഞാനും വന്നോട്ടെ; അമ്മയുടെ അടുത്തേക്ക്?'

'അതിനെന്താ?' പുഴ ചിരിച്ചുകൊണ്ട് പറഞ്ഞു: 'ഇതാ എന്റെ കൈ പിടിച്ചോളൂ: കൂടെപ്പോന്നോളൂ.'

അരുവിപ്പെണ്ണിനുണ്ടായ സന്തോഷത്തിന് അതിരില്ല. അവൾ തുള്ളിച്ചാടി ചേട്ടനോടൊപ്പം വേഗത്തിൽ ഒഴുകി.

ഒടുവിൽ, ശാന്തഗംഭീരമായി പരന്നുകിടക്കുന്ന നീലക്കടലിനെ കാണാറായപ്പോൾ പുഴ പറഞ്ഞു:

'നോക്കൂ. അതാണെന്റെ അമ്മ. നാം അമ്മയുടെ അടുത്ത് എത്തിക്കഴിഞ്ഞു.'

അരുവിപ്പെണ്ണിന് അത്ഭുതം കൊണ്ടും സന്തോഷംകൊണ്ടും ഒരു നിമിഷം മിണ്ടാൻ സാധിച്ചില്ല. അപ്പോഴേക്കും അവൾ അമ്മയുടെ മാറിലേക്ക് വീണു കഴിഞ്ഞിരുന്നു.

'അമ്മേ....അമ്മേ!' അവൾ വിതുമ്പി: 'ഈ പാവം പെണ്ണിനെ അമ്മ സ്വീകരിക്കുമോ? ഞാൻ കൂടെ അമ്മയോടൊപ്പം ഇവിടെ താമസിച്ചോട്ടെ?' തിരമാലക്കൈകളാൽ അരുവിപ്പെണ്ണിനെ വാരിപ്പുണർന്നുകൊണ്ട് ആ അമ്മ പറഞ്ഞു:

'മോളെന്തിനാ വിഷമിക്കണേ? അമ്മയില്ലേ ഇവിടെ? നിനക്കു കൂട്ടായി എത്രയോ സഹോദരങ്ങളും ഇവിടെ വരുന്നുണ്ടല്ലോ. അവരോടൊപ്പം നീയും ആഹ്ലാദിച്ചു കഴിയുക.'

മാസങ്ങൾ ചിലത് കടന്നുപോയി. കൊടും വേനലിൽ ഭൂമി പൊരിഞ്ഞു. നാട്ടിലും കാട്ടിലുമുള്ള ജലാശയങ്ങൾ മിക്കതും വറ്റിയിരിക്കയാണ്.

ഇടക്കുന്നിലെ തടാകത്തിനെയും വരൾച്ച ബാധിച്ചു. അൽപം ജലം കിട്ടിയെങ്കിൽ എന്ന് അവൾ ആകാശത്തേക്ക് നോക്കി മനസ്സുരുക്കി....

'ദൈവമേ!'

അപ്പോൾ ഒരു മഴമേഘം മുകളിൽ പ്രത്യക്ഷപ്പെട്ടു; 'ചേച്ചീ! ചേച്ചിക്ക് ദാഹിക്കുന്നു, അല്ലേ?'

'അതെ, അനിയത്തീ! ദാഹിക്കുന്നു; വല്ലാതെ ദാഹിക്കുന്നു. നീ ആരാണ്?'

'ഇത് ഞാനാണ് ചേച്ചീ! പണ്ട് ചേച്ചി ആട്ടിപ്പറഞ്ഞയച്ച, മലിനവസ്ത്രം ചുറ്റി നന്നേ വിളറിയ ഒരരുവിപ്പെണ്ണില്ലേ? എന്നെ അമ്മ സ്വീകരിച്ചു. ഞാനിപ്പോൾ അമ്മ പറഞ്ഞയച്ചിട്ടു വന്നതാണ്; ചേച്ചിയുടെ ദാഹം തീർക്കാൻ!' മിന്നൽപ്രഭയോടെ ആ മഴമേഘം ഒന്നു ചിരിച്ചു.

'ഉവ്വോ? എങ്കിൽ വേഗമാകട്ടെ! എനിക്ക് ദാഹം സഹിക്കാനാകുന്നില്ല. ഇടനെഞ്ച് പൊട്ടുകയാണ്.'

മേഘം പിന്നെ വൈകിയില്ല. മഴ കോരിച്ചൊരിയുകയായി. തടാകം ആർത്തിയോടെ അത് മുഴുവൻ കുടിച്ച് ആശ്വസിച്ചു.

ആരോഗ്യം വീണ്ടെടുക്കുമ്പോൾ, ധനികയാകുമ്പോൾ ചേച്ചി പഴയതൊക്കെ ഓർക്കുമോ? വീണ്ടും അഹങ്കരിക്കുമോ? അറിയില്ല. അതേപ്പറ്റിയൊന്നും വ്യാകുലപ്പെടാതെ ആ അനിയത്തി, ദയാസാഗരമായ അമ്മയെ ധ്യാനിച്ച് മഴയായി പെയ്തുകൊണ്ടേയിരുന്നു!

കിളിയെത്തേടി

വലിയ ഒരു മരം. അതിൻ ചുവട്ടിൽ ഒരു കരടിക്കുട്ടി വളരെ അസ്വസ്ഥതയോടെ നടക്കുകയാണ്.

മുകളിൽനിന്നു കിളിക്കുഞ്ഞുങ്ങളുടെ ശബ്ദം കേൾക്കുന്നുണ്ട്. തിന്നാൻ കിട്ടിയാൽ കൊള്ളാം. നാവിൽ വെള്ളമൂറുന്നു. കിളിക്കൂടു കാണാൻ മരത്തിനു ചുറ്റിലും നടന്നു അവൻ മുകളിലേക്ക് നോക്കി.

കൂടു കണ്ടിട്ടു വേണമല്ലോ അവിടംവരെ കയറുന്ന കാര്യം ആലോചിക്കാൻ. പക്ഷെ, നിറഞ്ഞ പച്ചിലച്ചാർത്തു മൂലം കൂടു കാണാൻ കഴിയുന്നില്ല. കരടിക്കുട്ടിക്കു വിഷമം തോന്നി:

"ഈ മരം കിളിക്കുഞ്ഞുങ്ങളെ ഒളിപ്പിച്ചിരിക്കയാണ്", അവൻ മുറുമുറുത്തു.

"നീ എന്തിനാണ് എന്നോടു ദേഷ്യപ്പെടുന്നത്? ഞാൻ ആരെയും ഒളിപ്പിച്ചുവെയ്ക്കാൻ ഉദ്ദേശിച്ചിട്ടില്ല. ശൈത്യകാലം വരട്ടെ. ഈ ഇലകളൊക്കെ ഞാൻ ഞാൻ പൊഴിച്ചു കളയും. നിനക്കു കിളിക്കൂടു കാണണമെങ്കിൽ അപ്പോൾ വരൂ..."

മരത്തിന്റേതായിരുന്നു ആ വാക്കുകൾ. കരടിക്കുട്ടിക്ക് അതു ശരിയാണെന്നു തോന്നി. അവൻ മടങ്ങിപ്പോയി.

ശൈത്യകാലം വന്നു. മരങ്ങൾ ഇലപൊഴിച്ചു നിന്നു. കരടിക്കുട്ടി എത്തി പഴയമരത്തിന്മേൽ നോക്കി.

"ഹായ്! കിളിക്കൂടു നന്നായി കാണാം. പക്ഷെ, ശബ്ദമൊന്നും കേൾക്കുന്നില്ലല്ലോ. ആ കുഞ്ഞുങ്ങൾ എവിടെ?..... നീച

വൃക്ഷമേ!..... നിന്നെ.....”

“നീ വൃക്ഷത്തിനോടെന്തിനു കയർക്കുന്നു? ഞാനാണ് ആ പക്ഷിക്കുഞ്ഞുങ്ങളെ എടുത്തത്” അപ്പോൾ വീശിയണഞ്ഞ ഇളം കാറ്റു പറഞ്ഞു.

“എന്തിന്?” കരടിക്കുട്ടി കോപത്തോടെ ചോദിച്ചു.

“പാവം. പക്ഷിക്കുഞ്ഞുങ്ങൾ! അവരുടെ നേരെ നിന്റെ ആക്രമണം ഉണ്ടാകുമെന്നു മനസ്സിലാക്കിയ ഞാൻ ഒരിക്കൽ അവരോടു ചിറകു വിടർത്താൻ ആവശ്യപ്പെട്ടു. ചിറകു വിടർത്തിയപ്പോൾ താഴെ വീഴാതെ ഞാൻ അവരെ താങ്ങി അകലേയ്ക്ക്.... അകലേയ്ക്ക് കൊണ്ടുപോവുകയും ചെയ്തു. അവരെ ഞാൻ പറക്കാൻ പഠിപ്പിച്ചിരിക്കുന്നു. നീ ഇനി വേറെ വല്ല ഇരയേയും കിട്ടുമോ എന്നു നോക്ക്.” കാറ്റു ചിരിച്ചു.

പുളിയിലക്കഥ

പുളിക്കു സംസ്കൃതത്തിൽ 'അമ്ലിക' എന്നാണ് പേർ. 'തിന്ത്രിണി' എന്നും പറയും. ഹിന്ദിയിൽ അത് ഇംലിയാകുന്നു.

ലഗുമിനോസീ (Leguminoseae) സസ്യകുടുംബത്തിൽപ്പെട്ട പുളിയുടെ ശാസ്ത്രീയനാമം Tamarindus indica എന്നാണ്. തമർ ഇ ഹിന്ദ് എന്ന പേർഷ്യൻ വാക്കിൽ നിന്നാണ് ആ പേർ ഉണ്ടായത്. ഇന്ത്യയുടെ ഈന്തപ്പഴം എന്നർഥം.

പണ്ടുപണ്ട്, രാമായണകാലത്ത് പുളിയുടെ ഇലകൾ വളരെ വലുതായിരുന്നുവത്രേ. ഇന്നു കാണുന്നതുപോലെ അതു ചെറുതായിപ്പോകാൻ കാരണം രാമലക്ഷ്മണന്മാരാണെന്നും ഒരു കഥയുണ്ട്.

വനവാസത്തിനു പോയ സീതാരാമലക്ഷ്മണന്മാർ ഒരു പുളിമരച്ചോട്ടിലാണ് താമസിച്ചിരുന്നത്. വലിയ ഇലകളുമായി പന്തലിച്ചു നിൽക്കുന്ന ആ മരത്തിന്റെ ചുവട്ടിൽ വെയിലോ മഴയോ ഏറ്റിരുന്നില്ല.

"അയോധ്യാ രാജധാനിയിൽ എന്നതുപോലെ സുഖം തോന്നിക്കുന്നുവല്ലോ ഈ പുളിമരച്ചുവട്, അല്ലേ സീതേ?" ശ്രീരാമൻ ഒരുനാൾ ചോദിച്ചു.

സീത ഒന്നു ചിരിക്കുകയേ ചെയ്തുള്ളൂ. തുടർന്നു രാമൻ ലക്ഷ്മണനോടു ചോദിച്ചു:

"ഇത്ര സുഖകരമായി ജീവിക്കാനല്ലല്ലോ നാം ഇങ്ങോട്ടു വന്നത്! മറ്റൊരിടത്തേക്കു നീങ്ങിയാലോ ലക്ഷ്മണാ?"

"വേണ്ട ജ്യേഷ്ഠാ!" രാമന്റെ മനസ്സു വായിക്കാൻ പ്രത്യേക മായ കഴിവുണ്ട് ലക്ഷ്മണന്. ഒട്ടും വൈകിയില്ല. ലക്ഷ്മണൻ വില്ലെടുത്തു മരമുകളിലേക്ക് ഒരമ്പു തൊടുത്തു.

ആ അമ്പ് അനേക സഹസ്രങ്ങളായി മുകളിലേക്കുയർന്നു. പുളിമരത്തിന്റെ വലിയ ഇലകളെ മുഴുവൻ അതു കീറിമുറിച്ചു. പുളിയിലകൾ സഹസ്രകോടി നുറുങ്ങിലകളായിത്തീർന്നു!

"നല്ല തെളിഞ്ഞ ആകാശം. നമ്മുടെ രാജധാനിയിലെ രത്ന ങ്ങൾപോലെ നക്ഷത്രങ്ങളെ കാണാം. കുറച്ചുനാൾ ഇവിടെ താമ സിച്ചിട്ടാവാം യാത്ര. അല്ലേ സീതേ?"

സീത അപ്പോഴും ചിരിച്ചു!

അന്നു ലക്ഷ്മണൻ കീറി നുറുക്കിയതിൽ പിന്നെ പുളിയി ലകൾ പഴയതുപോലെ വലുതായിട്ടില്ല, മാത്രമല്ല, ചെറു പുൽക്കൊ ടികൾ പോലും പുളിമരച്ചോട്ടിൽ വളരാറുമില്ല!

ഒരു സ്പൂൺ മോഹം

ഷൗ എന്നു പേരായ ഒരു രാജാവുണ്ടായിരുന്നു ചൈനയിൽ. അദ്ദേഹം ഒരിക്കൽ പ്രധാനമന്ത്രിയോടു പറഞ്ഞു:

'നമുക്കു സൂപ്പ് കഴിക്കാൻ ആനക്കൊമ്പിന്റെ ഒരു സ്പൂൺ വേണം മന്ത്രീ. എത്രയും വേഗം അത് ഉണ്ടാക്കിക്കിട്ടണം.'

ആനക്കൊമ്പിന്റെ സ്പൂൺ! അത് അത്ര വലിയ കാര്യമൊന്നുമല്ല. മന്ത്രി ആലോചിച്ചു ഒരു കൊമ്പിൽനിന്നുതന്നെ ധാരാളം സ്പൂണുകൾ ഉണ്ടാക്കാവുന്നതാണല്ലോ. ഒരെണ്ണം കിട്ടിക്കഴിഞ്ഞാൽ, അതിന്റെ ഭംഗി കണ്ട് രാജാവ് കൂടുതൽ കൂടുതൽ ആവശ്യപ്പെട്ടാലോ എന്നു ഭയം തോന്നി മന്ത്രിക്ക്. മറ്റു പാത്രങ്ങളെല്ലാം ആനക്കൊമ്പുകൊണ്ടു വേണമെന്നും പറഞ്ഞേക്കാം.

എങ്കിൽ ഇപ്പോൾ കഴിക്കുന്ന പച്ചക്കറി സൂപ്പിനും ആട്ടിൻസൂപ്പിനും പകരം ആനസൂപ്പും മാൻസൂപ്പും പുലിയിറച്ചിയുമൊക്കെ വേണമെന്ന ആഗ്രഹവും രാജാവിനു തുടർന്നുണ്ടാകും! മാത്രമല്ല, പക്ഷിത്തൂവലിന്റെ കിടക്കകളും കരടിത്തോലിന്റെ ശൈത്യകാലവസ്ത്രങ്ങളും..... അങ്ങനെ പലതും രാജാവ് ആവശ്യപ്പെടും. അതൊക്കെ സാധിപ്പിച്ചു കൊടുക്കാൻ നിന്നാലോ? കാടുമുടിയും. നാടുമുടിയും, ജനങ്ങളാകെ വിഷമത്തിലാവുകയും ചെയ്യും. അതിന്നിട വരുത്തേണ്ടെന്നു കരുതിയ മന്ത്രി, മടിച്ചു മടിച്ചാണെങ്കിലും ഇങ്ങനെ പറഞ്ഞു:

"തിരുമേനി, ഒരു സ്പൂൺ വാങ്ങാനുള്ള മോഹം താമസിയാതെ ആനയോളം വലുതാകും. ഭരണാധികാരികൾ ആഡംബ

രങ്ങളുടെ പുറകെ പോയാൽ ജനങ്ങൾ കഷ്ടത്തിലാകും. അതിനാൽ ഇപ്പോൾ ഉള്ളതുകൊണ്ട് അങ്ങ് തൃപ്തിപ്പെടണമെന്നാണ് അടിയന്റെ അഭിപ്രായം."

'ഛീ, എന്നെ ഉപദേശിക്കുന്നോ?' രാജാവിനു ദേഷ്യം വന്നു. 'എന്റെ ആഗ്രഹം സാധിപ്പിച്ചുതരാൻ കഴിയാത്ത താൻ ഇനിയിവിടെ മന്ത്രിയല്ല. ആരവിടെ? സേനാനായകൻ വരട്ടെ. ഇയാളെ ഉടൻ തടവറയിൽ തള്ളൂ.'

പിന്നെ സേനാനായകൻ പ്രധാനമന്ത്രിയായി രാജാവിന്റെ ആഗ്രഹങ്ങളോരൊന്നും സാധിപ്പിച്ചു കൊടുത്തു. തിരുവായ്ക്ക് എതിരില്ലാത്ത സർവാധിപത്യം: പട്ടാളവാഴ്ച! ജനങ്ങൾക്ക് കഷ്ടതകൾ ഇനിയും സഹിക്കാൻ വയ്യെന്നായി.

ഒടുവിൽ ഒരു ദിവസം. ആയിരക്കണക്കിന് ജനങ്ങൾ കൊട്ടാരത്തിലേക്ക് അതിക്രമിച്ചു കടന്നു. അപ്പോൾ വീഞ്ഞുകൊണ്ട് തീർത്ത ഒരു തടാകക്കരയിൽ മദാലസകളുടെ പരിലാളനത്തിൽ കഴിയുകയായിരുന്നു രാജാവ്.

ജനങ്ങൾ രാജാവിനേയും കാവൽഭടന്മാരെയുമെല്ലാം വെട്ടി നുറുക്കി തടാകത്തിലേയ്ക്കെറിഞ്ഞു. പഴയ പ്രധാനമന്ത്രിയെ തടവറയിൽ നിന്നും മോചിപ്പിച്ചു രാജാവാക്കുകയും ചെയ്തു.

മന്ത്രിയുടെ തല

പുതിയ രാജാവ് അധികാരമേൽക്കുമ്പോൾ, ഭരണാധികാരി മാറിവരുമ്പോൾ ഉദ്യോഗസ്ഥന്മാർക്കുണ്ടാകുന്ന പ്രയാസങ്ങൾ ചെറുതൊന്നുമല്ല. പുതിയ ആളിന്റെ ഇഷ്ടങ്ങൾ എന്തൊക്കെയെന്ന് അറിയാനാണ് ആദ്യം തിടുക്കം. അതോടൊപ്പം ഇഷ്ടക്കേടുകളും അറിയണം. അതിനൊത്തു വാക്കും പ്രവൃത്തിയും ചിട്ടപ്പെടുത്തി അദ്ദേഹത്തിന്റെ പ്രീതി സമ്പാദിച്ചാലേ രക്ഷയുള്ളൂ എന്നാണ് വിചാരം. അപ്പോൾ ഔചിത്യബുദ്ധിയില്ലാതെയും സ്നേഹവിശ്വാസഗുണങ്ങൾ ഇല്ലാതെയും ചിലർ പെരുമാറിയെന്നിരിക്കും.

യുവരാജാവ് പുരോഗമനചിന്താഗതിക്കാരനാണ്. ജനക്ഷേമതൽപരനാണ്. അതു മനസിലാക്കിയ കൃഷിമന്ത്രി രാജാവിന്റെ പ്രീതിക്കായി ഒരു പുതിയ ആശയം മുന്നോട്ടുവച്ചു:

'അടിവാരത്തിലെ ശുദ്ധജലതടാകം വറ്റിച്ചെടുത്താൽ നൂറേക്കർ ഫലപുഷ്ടിയുള്ള സ്ഥലം കിട്ടും. നമുക്ക് അവിടെ പൊന്നു വിളയിക്കാം.'

രാജാവ് സമ്മതിച്ചു: 'പക്ഷേ, അതിലെ വെള്ളം മുഴുവൻ എന്തുചെയ്യും?'

"അതിനു വിഷമമില്ല. ഇപ്പോഴുള്ള പാടത്ത് തടാകത്തിന്റെ വലുപ്പത്തിൽ കുഴിയെടുത്ത് വെള്ളം അങ്ങോട്ടേക്ക് ഒഴുക്കാമല്ലോ" കൃഷിമന്ത്രി പറഞ്ഞു.

രാജാവ് പൊട്ടിച്ചിരിച്ചു. 'ഹായ്! ഉഗ്രൻ ആശയം തന്നെ! ഇങ്ങ

നെയുള്ള മന്ത്രിമാരാണ് രാജ്യത്തിന്റെ സമ്പത്ത്. ഞാൻ ഇദ്ദേഹത്തെ അനുമോദിക്കുന്നു.'

അതുകേട്ട മന്ത്രി ഒന്നുചിരിച്ചു. അൽപം കുനിഞ്ഞുകൊണ്ട് ഭവ്യതയോടെ 'ഉത്തരവ്' എന്നു പറഞ്ഞു.

'ആട്ടെ താങ്കളുടെ ഭാര്യയും ഇതുപോലെ ബുദ്ധിമതിയാണോ?' രാജാവിന്റെ തുടർന്നുള്ള ചോദ്യത്തിന്റെ പൊരുൾ പിടികിട്ടാതെ മന്ത്രി ഒന്നു പരുങ്ങി.

'അത്രയ്ക്കല്ല,' മന്ത്രി ഒരുവിധം പറഞ്ഞു.

'എങ്കിൽ അവരെ ഉടനെ ബുദ്ധിമതിയാക്കാൻ നാം ഉത്തര വിടുന്നു. ആരവിടെ?'

മുന്നോട്ടു വന്ന ഭടനോടു രാജാവ് കൽപിച്ചു:

"മന്ത്രിയുടെ ഭാര്യയെ ഉടനെ ഇവിടെ ഹാജരാക്കൂ. എന്നിട്ട് ഇയാളുടെ തല വെട്ടി അവരുടെ കഴുത്തിലും ആ സ്ത്രീയുടെ തല വെട്ടിയെടുത്ത് ഇയാളുടെ കഴുത്തിലും ഉറപ്പിക്കണം. തടാകം മാറ്റിക്കുഴിച്ചു ഭൂമി ഫലപുഷ്ടമാക്കുന്ന ബുദ്ധി തലമാറ്റിപ്പിടിപ്പി ച്ചാലും വളരുമോ എന്നു ഞാൻ ആദ്യം പരീക്ഷിച്ച് ഉറപ്പാക്കട്ടെ."

അതു കേൾക്കേണ്ട താമസം, കൃഷിമന്ത്രി വെട്ടിയിട്ട മരംപോലെ രാജാവിന്റെ കാൽക്കൽ വീണുകഴിഞ്ഞിരുന്നു. അയാൾ കരഞ്ഞുകൊണ്ട് പറഞ്ഞു:

'പ്രഭോ..... മാപ്പാക്കണം.'

'മാപ്പാക്കാം. പക്ഷേ, പ്രായശ്ചിത്തം ചെയ്യണം.....'

'ഉത്തരവ്.'

'എന്നാൽ എഴുന്നേൽക്കൂ. അടിവാരത്തടാകത്തിൽനിന്ന് എങ്ങനെയും വെള്ളമെത്തിച്ച് ചെമ്പകക്കുന്നിലെ നൂറേക്കർ തരിശു സ്ഥലത്ത് ഫലവൃക്ഷങ്ങൾ നട്ടുപിടിപ്പിക്കണം..... പറ്റ്വോ?'

'ഉത്തരവ്.' വിറയൽ മാറാതെ എഴുന്നേറ്റു നിന്ന കൃഷിമന്ത്രി ഗദ്ഗദത്തോടെ അറിയിച്ചു.

വഴിക്കിണർ

കണ്ണെത്താദൂരത്തോളം പരന്നുകിടക്കുന്ന, കൃഷിക്കു യോഗ്യമല്ലാത്ത പാഴ്ഭൂമി. അതിൽ അവിടവിടെ കുറ്റിക്കാടുകൾ, പാറക്കൂട്ടങ്ങൾ അവയ്ക്കിടയിലൂടെ അടുത്ത ഗ്രാമത്തിലേക്ക് ഒരു ചെറിയ നിരത്തുണ്ട്.

ധാരാളം പേർ യാത്ര ചെയ്യുന്ന നിരത്താണത്. നീണ്ട യാത്രയ്ക്കിടയിൽ ആരും കൊതിച്ചുപോകും: അൽപം തണൽ കിട്ടിയെങ്കിൽ... കുടിക്കാൻ ഇത്തിരി വെള്ളം കിട്ടിയെങ്കിൽ...

ആ യാത്രയോടുകൂടി അവർ അക്കാര്യം മറക്കുന്നു. പിന്നെ അടുത്ത യാത്രയിലാണ് തോന്നുക. ആരെങ്കിലും തനിക്കുവേണ്ടതു ചെയ്തുവെയ്ക്കണമെന്നാണ് ഓരോരുത്തരുടെയും ആഗ്രഹം.

അങ്ങനെ മറ്റൊരാൾ അതു ചെയ്യട്ടെ എന്നു കാത്തിരിക്കാതെ ഒരു മനുഷ്യൻ ആ വഴിയോരത്ത് ഒരു കിണർ കുഴിക്കാൻ ആരംഭിച്ചു. ആഴ്ചകളുടെ അധ്വാനം വേണ്ടിവന്നു. ഒറ്റയ്ക്കാണെങ്കിലും കിണറിൽ വെള്ളം കണ്ടെത്തുന്നതിൽ അയാൾ വിജയിച്ചു.

അതുവഴി യാത്ര ചെയ്യുന്ന ചിലർ കളിയാക്കിയിരുന്നു. “ഇയാൾക്ക് തനി ഭ്രാന്തുതന്നെ!”

കിണറ്റിന്നരികിൽ ഒരു ചെറിയ തിണ്ണയുണ്ടാക്കി: അതിന്മേൽ വെള്ളമെടുക്കാനുള്ള പാത്രവും കയറും അയാൾ വെച്ചു. തൊട്ടപ്പുറത്ത് ഒരു തണൽമരത്തിന്റെ തൈ നട്ടു വെള്ളമൊഴിക്കുകയും ചെയ്തു.

ഏതാനും ദിവസം അയാൾതന്നെ കിണറിൽനിന്നു വെള്ളമെടുത്തു യാത്രക്കാർക്കു നൽകി. ദാഹം തീർത്ത് അവർ നന്ദി

പറഞ്ഞു. കൂട്ടത്തിൽ നേരത്തെ കളിയാക്കിയവരും ഉണ്ടായിരുന്നു.

വർഷങ്ങൾ കഴിഞ്ഞു. അനവധി പേർ കിണറ്റിലെ വെള്ളം കുടിച്ചു ദാഹം ശമിപ്പിച്ചു. അവിടെ അങ്ങനെയൊരു കിണർ കുഴിച്ച മനുഷ്യന്റെ സന്മനസ്സിനും നിസ്വാർഥമായ കഠിനാധ്വാനത്തിനും ചിലരെങ്കിലും മനസാ നന്ദി പറയാറുണ്ടായിരുന്നു. ആളുകൾ വെള്ളം കുടിച്ചതിന്റെ ബാക്കി ജലാംശം കിട്ടിയിരുന്നതിനാൽ തൈമരവും വളർന്നു വലുതായി യാത്രക്കാർക്കു തണലേകി.

ഒരുദിവസം യാത്രക്കാരിലൊരാൾ ആൾമറ കെട്ടിയിട്ടില്ലാത്ത ആ കിണറ്റിൽ വീണു മരിച്ചു. വിവരമറിഞ്ഞ് അയാളുടെ ബന്ധുക്കളും മറ്റു യാത്രക്കാരും അയൽഗ്രാമക്കാരും അവിടെ എത്തി. ജഡം പുറത്തെടുത്തപ്പോൾ ഒരു ബന്ധുവിനു ദുഃഖം സഹിക്കാനായില്ല. അയാൾ തലയ്ക്കു കൈവെച്ചു ശാപവാക്കുകൾ ഉതിർത്തു.

"ഇവിടെ കിണറു കുഴിച്ച ആ മഹാപാപി മുടിഞ്ഞുപോകണേ ദൈവമേ!"

അതു കേട്ടപ്പോൾ കൂടിനിന്ന മറ്റു ചിലരും അതിനെ അനുകൂലിച്ച് ഓരോന്നുപറഞ്ഞു. അക്കൂട്ടത്തിൽ തലേന്നുവരെ കിണറ്റിൽനിന്നു വെള്ളം കുടിച്ചു ദാഹം തീർത്ത യാത്രക്കാരും ഉണ്ടായിരുന്നു!

"ആ മഹാപാപിക്കു വഴിയിൽനിന്നു കുറേ ദൂരെ മാറി കിണർ കുഴിക്കാമായിരുന്നില്ലേ? അല്ലെങ്കിൽ അതിന്നുചുറ്റും ഒരു ആൾമറകൂടി കെട്ടിക്കാമായിരുന്നില്ലേ?"

അപ്പോൾ അടുത്തുനിന്ന ഒരു മനുഷ്യൻ അയാളോടു സ്വകാര്യമായി ചോദിച്ചു: "ആ മനുഷ്യൻ കിണർ കുഴിക്കുമ്പോൾ നിങ്ങൾ എന്തു ചെയ്യുകയായിരുന്നു ചങ്ങാതി? നിങ്ങൾക്ക് അതിനു ചുറ്റും ഒരു ആൾമറ കെട്ടാമായിരുന്നില്ലേ? കിണർ കുഴിക്കാൻ വയ്യ. ആൾമറ കെട്ടാനും വയ്യ. വെള്ളം കുടിക്കാൻ ഞാനുണ്ട്. അപകടം വന്നാൽ എതിർത്തുപറയാനും ഞാനുണ്ട്. ഈ മനോഭാവമാണ് കുഴപ്പം....."

മറുപടി ഒന്നും ഉണ്ടായില്ല.

ആൾമറ കെട്ടാൻ സന്നദ്ധതയുള്ള മറ്റൊരു നിസ്വാർഥ സേവകനുവേണ്ടി ആ കിണർ പിന്നെയും കാത്തുകിടന്നു. പുതിയ കിണർ കുഴിക്കുവാൻ സന്നദ്ധതയുള്ള മനുഷ്യരെ കാത്ത് തരിശുഭൂമികൾ ഇപ്പോഴും കിടക്കുന്നു!

മരവും തണലും

ഗ്രാമത്തിലെ പണക്കാരനാണ് സമ്പാദി. എങ്ങിനെയും കൂടുതൽ പണം നേടണമെന്ന ഒരു ചിന്തയേ അയാൾക്കുള്ളൂ.

ഗ്രാമച്ചന്തയിൽനിന്ന് അധികം അകലെയല്ലാതെ, പ്രധാന നിരത്തിനരികിലായി ഒരു വലിയ വീടുണ്ട്. അതു സമ്പാദിയുടേതാണ്.

നിരത്തിനോടു ചേർന്ന്, സമ്പാദിയുടെ പറമ്പിൽ ഒരു വലിയ തേന്മാവു നിൽക്കുന്നുണ്ട്. അതു നിരത്തിലേക്ക് ശാഖകൾ നീട്ടി തണൽ വിരിച്ചാണ് നിൽക്കുന്നത്.

ഒരു ദിവസം സാധുവായ ഒരു കച്ചവടക്കാരൻ തന്റെ തലച്ചുമടിറക്കിവെച്ച്, ആ മരത്തണലിൽ അൽപം വിശ്രമിക്കുകയുണ്ടായി. സമ്പാദി അതു കണ്ട ദേഷ്യത്തോടെ വിളിച്ചുപറഞ്ഞു:

"ഹേയ്! അവിടെ ഇരിക്കരുത്."

"എന്താ, കുഴപ്പം വല്ലതുമുണ്ടോ?" കച്ചവടക്കാരൻ ചോദിച്ചു.

"എന്റെ മരത്തിന്റെ തണലിലാണ് നിങ്ങൾ ഇരിക്കുന്നത്. എനിക്കത് സമ്മതമല്ല."

"ഇതു നല്ല കൂത്ത്! ഞാൻ ഇവിടെ പൊതുനിരത്തിലാണ് ഇരിക്കുന്നത്. നിങ്ങളുടെ പറമ്പിലെ മരത്തിന്മേലല്ലല്ലോ."

"പൊതുനിരത്തിൽ വേറെയും സ്ഥലമില്ലേ? അവിടെപോയി ഇരുന്നോളൂ. എന്റെ വീട്ടിനു മുന്നിൽ, എന്റെ മരത്തണലിൽ ഇരിക്കാൻ പറ്റില്ല."

ഉറക്കെയുള്ള ഈ സംസാരം കേട്ട് വേറെ ആൾക്കാർ എത്തി.

അതൊരു തർക്കമാവുകയായിരുന്നു. പൊതുനിരത്തിൽ ഇരിക്കാൻ എനിക്ക് അവകാശമുണ്ടെന്ന് കച്ചവടക്കാരൻ. മരത്തണൽ തന്റെ സ്വന്തമാണെന്ന് സമ്പാദി.

മരത്തിന്റെ കൊമ്പുകൾ വെട്ടിമാറ്റിക്കോളൂ എന്ന വാദത്തിനും പ്രസക്തിയുണ്ടായില്ല. ഒടുവിൽ, ഒത്തുതീർപ്പിനു വേണ്ടി ഒരാൾ ഒരു നിർദേശംവെച്ചു.

"നിങ്ങളുടെ മരത്തണൽ ഇയാൾക്കു വിലയ്ക്കു കൊടുക്കാൻ

സമ്മതമാണോ?"

"എന്തു വില തരും?" പണം കിട്ടും എന്ന അവസ്ഥ വന്നപ്പോൾ സമ്പാദി ചോദിച്ചു."

"അതു പറയേണ്ടത് ഇയാളാണ്." എന്നു പറഞ്ഞുകൊണ്ട് മധ്യസ്ഥൻ കച്ചവടക്കാരന്റെ നേരെ തിരിഞ്ഞുചോദിച്ചു:

"നിങ്ങൾക്ക് ഈ തണൽ വിലകൊടുത്തു വാങ്ങാൻ താൽപര്യമുണ്ടോ?"

കച്ചവടക്കാരൻ ഒരുനിമിഷം പരുങ്ങി. തണൽ വാങ്ങുകയോ? ആ തണൽ കൊണ്ട് എന്തു ചെയ്യാനാണ്? ഇങ്ങനെയൊരു അവസ്ഥയും ചോദ്യവും അയാൾ ഒട്ടും പ്രതീക്ഷിച്ചതായിരുന്നില്ല. വാശിയോടെ അയാൾ പറഞ്ഞു:

"തണൽ ഞാൻ വാങ്ങിക്കോളാം. വില അയാൾ പറയട്ടെ."

"എനിക്ക് 500 പണം കിട്ടണം," സമ്പാദി പറഞ്ഞു.

"എന്താണദ്ദേഹം പറയുന്നത്? മരത്തണലിന്നു മരത്തേക്കാൾ വിലയോ? ഈ കാശിനു അഞ്ചു നല്ല മരങ്ങൾ വാങ്ങാമല്ലോ."

മധ്യസ്ഥനും മറ്റുള്ളവരും അതിനോടു യോജിച്ചു. ഒടുവിൽ 100 പണത്തിന് മരത്തണൽ വിൽപനയായി.

കച്ചവടക്കാരൻ പണം എണ്ണിക്കൊടുത്തു. സമ്പാദിക്കു വലിയ സന്തോഷമായി. മരത്തണലിന്മേലുള്ള അധികാരപത്രം സാക്ഷികളുടെ സാന്നിധ്യത്തിൽ കച്ചവടക്കാരൻ ഒപ്പിട്ടു വാങ്ങുകയും ചെയ്തു.

ഏതാനും മാസങ്ങൾ കഴിഞ്ഞാണ് കച്ചവടക്കാരൻ പിന്നെ വന്നത്. അയാൾ മരത്തണലിൽ തന്റെ ചുമട് ഇറക്കിവെച്ച് അവിടെ കച്ചവടം തുടങ്ങി.

പടിഞ്ഞാറോട്ടു ദർശനമായിട്ടാണ് സമ്പാദിയുടെ വീട്. അതിനാൽ രാവിലെയും ഉച്ചനേരത്തും മാത്രമേ നിരത്തിൽ മരത്തിന്റെ തണൽ ഉണ്ടാവുകയുള്ളൂ.

ഉച്ച കഴിഞ്ഞപ്പോൾ മരത്തണൽ ക്രമേണ സമ്പാദിയുടെ പറമ്പിലേയ്ക്കായി. അതിനാൽ കച്ചവടക്കാരൻ തന്റെ സാധനങ്ങൾ

അങ്ങോട്ടേയ്ക്കു എടുത്തുമാറ്റി ഇരിപ്പുമായി.

"നിങ്ങളെന്താ ഹേ, എന്റെ പറമ്പിൽ കയറി ഇരുന്നു കച്ചവടം ചെയ്യുന്നത്?" സമ്പാദി ദേഷ്യത്തോടെ ചോദിച്ചു.

"നിങ്ങളുടെ പറമ്പിലായിരിക്കാം ഞാനിപ്പോൾ ഇരിക്കുന്നത്. പക്ഷേ, നിങ്ങളിൽനിന്നു ഞാൻ വില നൽകി വാങ്ങിയ മരത്തണലിലാണ് ഇരിക്കുന്നത്. മരത്തണൽ എന്റെ അവകാശമാണ്. എന്റെ മാത്രം അവകാശം. ഈ തണലിൽ നിങ്ങൾ ഇപ്പോൾ നിൽക്കുന്നതുപോലും തെറ്റാണ്.

സമ്പാദിക്കു മറുത്തുപറയാൻ കഴിഞ്ഞില്ല. അയാൾ ജാള്യതയോടെ വീട്ടിലേക്കു മടങ്ങിപ്പോയി.

കുറേക്കൂടി കഴിഞ്ഞപ്പോൾ, മരത്തണൽ സമ്പാദിയുടെ വരാന്തയിൽ എത്തി. കച്ചവടക്കാരൻ അതോടെ തന്റെ ഇരിപ്പും അങ്ങോട്ടുമാറ്റി. അപ്പോഴേക്കും കച്ചവടക്കാരന്റെ ഭാര്യയും നാലു കുട്ടികളും അവിടെ എത്തിയിരുന്നു. അവരും അദ്ദേഹത്തോടൊപ്പം വരാന്തയിൽ ഇരുന്നു.

"നിങ്ങൾ എന്തു തോന്ന്യാസമാണ് കാണിക്കുന്നത്?" സമ്പാദി കോപത്തോടെ ചോദിച്ചു.

കച്ചവടക്കാരൻ ഉടനെ ഒരു കടലാസ് എടുത്തു നിവർത്തി കാണിച്ചിട്ടു പറഞ്ഞു:

"ഇതു കണ്ടോ? നിങ്ങൾ തന്നതും ഞാൻ വിലയ്ക്കു വാങ്ങിയതുമായ മരത്തണലിന്റെ അധികാരപത്രമാണിത്. ഇപ്പോൾ മരത്തണൽ നിങ്ങളുടെ വീട്ടിനകത്തും വരാന്തയിലുമായതുകൊണ്ട് എനിക്ക് ഇവിടെ കഴിയാൻ അവകാശമുണ്ട്. ഭാര്യയും മക്കളും ഞാൻ പറഞ്ഞിട്ടുതന്നെയാണ് വന്നത്."

"ഇത് എന്റെ വീടാണ്. എന്റെ അനുവാദം കൂടാതെ നിങ്ങൾ ഇവിടെ കേറിവന്നതും ഇരിക്കുന്നതുമെല്ലാം തെറ്റാണ്."

"അതെങ്ങിനെ തെറ്റാകും? ഞാൻ വാങ്ങിയ മരത്തണലിന്റെ കീഴെയാണ് നിങ്ങളുടെ വീട് ഇപ്പോൾ ഇരിക്കുന്നത്. വേണമെങ്കിൽ വീടു പൊളിച്ചെടുത്ത് നിങ്ങൾക്കു പോകാമല്ലോ. രാവിലെ

തണൽ ഇല്ലാത്തപ്പോൾ തിരികെ കൊണ്ടുവന്നോളൂ." കച്ചവടക്കാരൻ ചിരിച്ചു.

ഇങ്ങനെ തർക്കം മൂക്കുമ്പോഴാണ് രണ്ടുമൂന്നു പ്രമാണിമാർ സമ്പാദിയെ കാണാൻ എത്തിയത്. കാര്യങ്ങളറിഞ്ഞ് അവരും ചിരിച്ചുപോയി.

"പണക്കൊതികൊണ്ട് മനുഷ്യൻ ഇങ്ങനെയും മണ്ടത്തരം കാട്ടുമോ? ന്യായം ഈ കച്ചവടക്കാരന്റെ പക്ഷത്താണ് സമ്പാദീ." ഒരാൾ പറഞ്ഞു.

"എങ്കിൽ നാളെ ഞാൻ ഈ മരം വെട്ടിക്കളയും!" സമ്പാദി അലറി.

"മരത്തണലിലേക്കു ഞാൻ ആരേയും കടക്കാൻ അനുവദിക്കില്ല. പിന്നെ എങ്ങിനെയാണ് മരം വെട്ടുക?" കച്ചവടക്കാരൻ ചോദിച്ചു.

"എന്നാൽ ശരി. ഈ വീടും പറമ്പും ഒരു വില നിശ്ചയിച്ച് അതും നിങ്ങൾക്കു വിറ്റേക്കാം. എന്താ?"

"നിങ്ങളുടെ വീടും പറമ്പുമൊന്നും എനിക്കു വേണ്ട. എനിക്കു ഞാൻ വാങ്ങിയ മരത്തണൽ മാത്രം മതി. ഇന്നു രാത്രി വേണമെങ്കിൽ നിങ്ങൾ ഇവിടെ താമസിച്ചോളൂ. നാളെ അതു സമ്മതിക്കില്ല."

"സമ്പാദീ, നീ സ്വയം വരുത്തിവെച്ച വിനയാണിത്." പ്രമാണിയും ബന്ധുവുമായ ഒരാൾ പറഞ്ഞു: "ഏതായാലും നിന്റെ സാധനങ്ങളെല്ലാം എടുത്തു വണ്ടിയിലാക്കി എന്റെ വീട്ടിലേക്കു വന്നോളൂ. തൽക്കാലം അവിടെ താമസിച്ചു നമുക്കു വേറെ വഴികൾ ആലോചിക്കാം."

വിരുന്നുവന്ന പ്രമാണിമാർ പിന്നെ അധികം നിന്നില്ല. അവർ മടങ്ങിപ്പോയി. അടുത്തദിവസം കച്ചവടക്കാരനെ ശപിച്ചുകൊണ്ട് സമ്പാദി തന്റെ സമ്പാദ്യങ്ങളെല്ലാം പെട്ടികളിലും മറ്റുമാക്കി ബന്ധുഗൃഹത്തിലേക്കു പോയി!

ഒരു വൃദ്ധന്റെ മോഹം

നല്ലവരായിരുന്നു പണ്ടത്തെ രാജാക്കന്മാരിൽ പലരും. ജനങ്ങളുടെ വിഷമങ്ങളും അഭിപ്രായങ്ങളും അറിയുന്നതിന് അവർ ചിലപ്പോൾ വേഷം മാറി നടക്കാറുണ്ട്. പ്രജാക്ഷേമത്തിൽ എന്നും അവർ മുൻതൂക്കം നൽകിപ്പോന്നു.

ഒരിക്കൽ ശ്രുതകീർത്തി എന്ന രാജാവും വേഷംമാറി നാടു കാണാൻ ഇറങ്ങി. ഗ്രാമവീഥിക്കരികിലെ ഒരു കാഴ്ച കണ്ട് അദ്ദേഹം അത്ഭുതത്തോടെ നിന്നു.

തൊണ്ണൂറിലധികം പ്രായംവരുന്ന ഒരു വൃദ്ധൻ വിശാലമായ വീട്ടുവളപ്പിലെ മാവിൻതൈകൾക്കു വെള്ളമൊഴിക്കുകയാണ്! രാജാവ് അയാളോടു ചോദിച്ചു:

"ഹേ, അമ്മാവാ! ഈ വയസുകാലത്ത് അങ്ങു ഇത്രയും അധ്വാനിക്കുന്നതെന്തിന്? ഇവ വലുതായി പുക്കുന്നതും കായ്ക്കുന്നതും കാണാൻ, ഇതിലെ മാമ്പഴങ്ങൾ തിന്നാൻ നിങ്ങൾ ജീവിച്ചിരിക്കുമെന്നു തോന്നുന്നുണ്ടോ?"

"ഇല്ല. അക്കാര്യം എനിക്ക് ഉറപ്പില്ല. പക്ഷെ, ഇവയുടെ ഫലങ്ങൾ മറ്റുള്ളവർക്കു തിന്നാനാകുമല്ലോ. എന്റെ പൂർവികർ നട്ടുപിടിപ്പിച്ചവയിൽനിന്നു ഞാൻ ഒട്ടേറെ അനുഭവിച്ചിട്ടുണ്ട്. അതുപോലെ പിൻഗാമികൾക്കുവേണ്ടി ഞാനും ചിലതൊക്കെ ഉണ്ടാക്കിവെയ്ക്കേണ്ടതല്ലേ?"

രാജാവ് അയാളുടെ വാക്കുകൾ ശ്രദ്ധയോടെ മൂളിക്കേട്ടുകൊണ്ടിരുന്നു. വൃദ്ധൻ തുടർന്നു:

"കുഞ്ഞിനറിയാമോ? ഞാൻ ആകുന്നവണ്ണം ജോലി ചെയ്യാതിരുന്നാൽ എന്റെ മക്കളും പേരക്കിടാങ്ങളും മഹാ മടിയന്മാരായിത്തീരാൻ ഇടയുണ്ട്. എന്നെ കുറ്റപ്പെടുത്തുകയും ഒരു ഭാരമായി കരുതി ശപിക്കുകയും ചെയ്തെന്നിരിക്കും. മാത്രമല്ല, പത്തിരുപതുകൊല്ലം കൂടി ഞാൻ ജീവിക്കുമെന്നു പ്രതീക്ഷിക്കാൻ വയ്യേ? എങ്കിൽ ഇതിലെ മാമ്പഴങ്ങൾ എനിക്കും തിന്നാൻ കഴിയില്ലേ?"

"ഉവ്വോ?" രാജാവ് അത്ഭുതം കൂറി. "അങ്ങയുടെ പ്രതീക്ഷ

നിറവേറട്ടെ. പക്ഷെ, എനിക്കൊരപേക്ഷയുണ്ട്."

"എന്താണത്?" വൃദ്ധൻ ചോദിച്ചു.

"നമ്മുടെ രാജാവ് ശ്രുതകീർത്തിക്ക് ഇതിലുണ്ടാകുന്ന ആദ്യത്തെ മാമ്പഴങ്ങൾ സമ്മാനിക്കണം. മാമ്പഴപ്രിയനായ അദ്ദേഹത്തിന്റെ സുഹൃത്താണ് ഞാൻ. ഇന്നുണ്ടായ ഈ സംഭവം ഓർമിപ്പിക്കുകയും ചെയ്താൽ നന്നായി."

വൃദ്ധൻ അക്കാര്യം സമ്മതിച്ചു. രാജാവു യാത്ര തുടരുകയും ചെയ്തു. വർഷങ്ങൾക്കുശേഷം ഒരു വൃദ്ധൻ ശ്രുതകീർത്തി രാജാവിനെ മുഖം കാണിക്കാനെത്തി. അയാളുടെ കൈവശം ഒരു കൊട്ട നിറയേ മാമ്പഴമുണ്ടായിരുന്നു.

"തിരുമനസ്സേ, എന്റെ പറമ്പിലുണ്ടായ ഈ മാമ്പഴങ്ങൾ ദയവായി സ്വീകരിച്ചാലും. മാമ്പഴപ്രിയനാണ് അങ്ങെന്ന് ഏഴുവർഷം മുമ്പ് ഒരു ചെറുപ്പക്കാരൻ എന്നോട് പറഞ്ഞിരുന്നു. ഞാനന്നു മാവിൻതൈകൾക്കു വെള്ളമൊഴിക്കുകയായിരുന്നു. അവ വളർന്നു ഫലം തരുംവരെ ഞാൻ ജീവിച്ചിരിക്കില്ലെന്നായിരുന്നു അയാളുടെ ധാരണ. ജീവിച്ചിരുന്നാൽ കുറെ മാമ്പഴങ്ങൾ ശ്രുതകീർത്തി രാജാവിന് സമർപ്പിക്കണമെന്നു പ്രത്യേകം പറയുകയുണ്ടായി. അങ്ങയുടെ സുഹൃത്താണത്രെ!"

"വളരെ സന്തോഷം" പുഞ്ചിരിയോടെ കൊട്ടയിൽനിന്ന് ഒരു മാമ്പഴമെടുത്തുകൊണ്ടു രാജാവ് ചോദിച്ചു: "അങ്ങു ആ ചെറുപ്പക്കാരന്റെ മുഖം ഓർക്കുന്നുവോ?"

"ശരിക്കും ഓർക്കുന്നില്ല. പക്ഷെ, ഈ ചിരിയും സ്വരവും....."

"അതെ. അതു ഞാൻതന്നെയായിരുന്നു. വാർധക്യത്തിലും കൈവിടാത്ത താങ്കളുടെ കർമോത്സുകതയും പ്രതീക്ഷയും ഭാവി തലമുറയോടുള്ള സ്നേഹവുമെല്ലാം എന്നെ ആകർഷിച്ചു. അതിനാലാണ് അങ്ങനെ ഒരു കാര്യം ഏൽപിച്ചത്."

"ദൈവമേ! ഞാൻ തിരുമനസ്സിനോടു വല്ല അവിവേകവും പറഞ്ഞുപോയോ?" വൃദ്ധൻ ഉത്കണ്ഠപ്പെട്ടു.

"ഏയ്, ഒന്നുമില്ല. അങ്ങയുടെ ഓർമശക്തിയും വാക്കുപാ

ലിക്കുന്നതിലുള്ള ശ്രദ്ധയുംകൂടി എന്നെ ഇപ്പോൾ അടിമപ്പെടുത്തിയിരിക്കുന്നു."

രാജാവ് പിന്നെ വിശിഷ്ടാതിഥികൾക്കുള്ള പീഠത്തിൽ വൃദ്ധനെ ഇരുത്തി വേണ്ടവിധത്തിൽ സൽക്കരിച്ചു. വിലപ്പെട്ട സമ്മാനങ്ങൾ നൽകി സ്വന്തം രഥത്തിൽ കയറ്റി അദ്ദേഹത്തെ ഗ്രാമത്തിലുള്ള വീട്ടിൽ എത്തിക്കുകയും ചെയ്തു.

പറ്റിച്ചു പറ്റിച്ചു പറ്റാതെയായി

മാനിന് ചെന്നായയെ പേടിയാണ്. ചെന്നായ്ക്ക് നരിയേയും നരിക്ക് സിംഹത്തിനെയും പേടിയാണ്. ഇവർ പരസ്പരം ഒഴിഞ്ഞുമാറി. തന്ത്രപൂർവം ഓരോരുത്തർക്കും വേണ്ടുന്ന ഇരകളെ പിടിച്ച് വിശപ്പടക്കും.

കാട്ടിൽ ഫലമൂലാദികൾ കഴിച്ചും സാധുമൃഗങ്ങളെ വേട്ടയാടിയും ജീവിക്കുന്ന കുറച്ച് മനുഷ്യരും ഉണ്ട്. മൃഗങ്ങളെ പിടിക്കാൻ അവർ പല സൂത്രങ്ങളും കെണികളും ഉപയോഗിച്ചിരുന്നു. അക്കൂട്ടത്തിൽ മൃഗങ്ങളുടെ ശബ്ദം അനുകരിച്ച് മൃഗങ്ങളെ ആകർഷിച്ചുവരുത്തുന്ന ഒരു വേടൻ ഉണ്ടായിരുന്നു.

മുളങ്കമ്പുകൊണ്ട് ഉണ്ടാക്കിയ ഒരു പ്രത്യേകതരം കുഴൽ ആ വേടന്റെ കൈയിലുണ്ട്. പല മൃഗങ്ങളുടെയും ശബ്ദം അയാൾക്ക് അതിലൂടെ പുറപ്പെടുവിക്കാൻ കഴിയും.

വല്ല പൊന്തക്കാട്ടിലും മറഞ്ഞിരുന്ന് അയാൾ മുയലിന്റെ ശബ്ദമുണ്ടാക്കിയാൽ മതി. ശബ്ദത്തിന്റെ ഉറവിടം തേടി ഒന്നോ രണ്ടോ മുയലുകൾ താമസിയാതെ എത്തും. അപ്പോൾ തന്റെ കത്തിയെറിഞ്ഞോ വലയെറിഞ്ഞോ വേടൻ അവയെ പിടികൂടുകയും ചെയ്യും.

മാനിനെ വേണമെങ്കിൽ മാനിന്റെ ശബ്ദമാവും പുറപ്പെടുവിക്കുക. മറ്റു മൃഗങ്ങളുടെ ശബ്ദവും അയാൾക്ക് പുറപ്പെടുവിക്കാൻ അറിയാം.

ഒരു ദിവസം വേടൻ തന്റെ മുളങ്കമ്പിൽ മാനിന്റെ ശബ്ദമു

ണ്ടാക്കി കാത്തിരിക്കുകയായിരുന്നു. എന്നാൽ, ആ ഭാഗത്തെങ്ങും മാനുകൾ ഉണ്ടായിരുന്നില്ല. പക്ഷേ, ആ ശബ്ദം ചെന്നായ്ക്കളെ കൊതിപ്പിച്ചു. തങ്ങളുടെ ഇര അടുത്തെവിടെയോ ഉണ്ടല്ലോ എന്ന സന്തോഷത്തോടെ രണ്ടു മൂന്ന് ചെന്നായ്ക്കൾ വരുന്നതാണ് വേടൻ കണ്ടത്.

ചെന്നായ്ക്കൾ കൂട്ടത്തോടെ വന്ന് തന്നെ കടിച്ചുകീറുമെന്നോർത്ത വേടൻ വിഷമത്തിലായി. എങ്കിലും പെട്ടെന്ന് അയാൾക്കൊരു ബുദ്ധി തോന്നി. തന്റെ മുളങ്കമ്പിൽ അയാൾ കടുവയുടെ ശബ്ദമുണ്ടാക്കി.

അത് ഉദ്ദേശിച്ച ഫലം ചെയ്തു. കടുവയുടെ മുരൾച്ച കേട്ടതോടെ ചെന്നായ്ക്കൾ പിന്തിരിഞ്ഞോടി.

'ഹാവൂ! രക്ഷപ്പെട്ടു!' എന്ന് വേടൻ ഒരു നിമിഷം ആശ്വസിച്ചു. അപ്പോഴുണ്ട് തന്റെ കൂട്ടുകാരിയുടെ ശബ്ദം കേട്ടല്ലോ എന്ന മട്ടിൽ ഒരു വലിയ കടുവ അന്വേഷിച്ചു വരുന്നു!

അമ്പെടുക്കാനും ഉന്നം പിടിക്കാനും നേരമില്ല. വേടൻ തന്റെ മുളങ്കമ്പിനെ തന്നെ പിന്നെയും ആശ്രയിച്ചു. കാട്ടുരാജാവായ സിംഹത്തിന്റെ ഗർജനം അതിലുണർന്നു. ഞെട്ടിതിരിഞ്ഞ് നരി പ്രാണനും കൊണ്ട് ഓടി.

ആ ചിരിയും നീണ്ടുനിന്നില്ല. ഈ കാട്ടിൽ ഞാനല്ലാതെ മറ്റൊരു സിംഹരാജനോ? എന്ന ചോദ്യവുമായി കാടിളക്കിമറിക്കുന്ന അലർച്ചയോടെ സിംഹം ഓടിവരികയാണ്!

ഇനി രക്ഷപ്പെടാൻ തന്റെ കൈയിൽ സൂത്രങ്ങളില്ല, അസ്ത്രങ്ങളില്ല; ഒന്ന് നിലവിളിക്കാൻ തൊണ്ടയിൽ ശബ്ദം പോലുമില്ല എന്ന് വേടൻ അറിയുമ്പോഴേക്കും സിംഹം അയാളുടെ മേൽ ചാടി വീണുകഴിഞ്ഞിരുന്നു.

ബോർഡു വെയ്ക്കുന്നവർ

ആനക്കാട്ടൂര് എന്ന ഒരു സ്ഥലം. അവിടെ മജിസ്ട്രേറ്റായി വന്നത് ചക്രപാണി എന്നൊരാളാണ്.

സ്ഥാനമേറ്റതിന്റെ അടുത്ത ദിവസം തന്നെ അദ്ദേഹം നാട്ടുകാരുടെ ഒരു യോഗം വിളിച്ചുകൂട്ടി. ജനങ്ങളുടെ പ്രശ്നങ്ങൾ ചോദിച്ചറിയാൻ വേണ്ടിയായിരുന്നു അത്.

'ഗ്രാമാതിർത്തിയിലുള്ള കാട്ടിൽനിന്നും ഇടക്കൊക്കെ ആനകളും പുലികളും മറ്റും ഇറങ്ങിവരും. കൃഷി നശിപ്പിക്കും. കുടിലുകൾ നശിപ്പിക്കും. ചിലപ്പോൾ ആൾനാശവും ഉണ്ടാക്കും. ഇതാണ് ഞങ്ങളുടെ മുഖ്യപ്രശ്നം'. ഓരോരുത്തരായും കൂട്ടായും അവർ പറഞ്ഞു.

'സാരമില്ല. പരിഹാരമുണ്ടാക്കാം.' ചക്രപാണി അവരെ ആശ്വസിപ്പിച്ചു. പിന്നെ തന്റെ കീഴുദ്യോഗസ്ഥരെ വിളിച്ചുപറഞ്ഞു:

'മലയടിവാരത്തിൽനിന്നു കാട്ടിലേക്കു കയറി, എന്റെ കൽപന രേഖപ്പെടുത്തിയ ഒരു ബോർഡ് ഉടനെ സ്ഥാപിക്കണം.'

'ഉവ്വ്. എന്താണാവോ കൽപന?'

'കാട്ടുമൃഗങ്ങൾക്കുള്ള അറിയിപ്പ്: ഈ ബോർഡിനപ്പുറം നിങ്ങൾക്ക് പ്രവേശനമില്ല. അതിക്രമിച്ചു കടക്കുന്നവർ ശിക്ഷിക്കപ്പെടും - മജിസ്ട്രേറ്റിന്റെ കൽപനപ്രകാരം. എന്ന് എഴുതിവച്ചാൽ മതി.'

ഉദ്യോഗസ്ഥർ കൽപനപ്രകാരമുള്ള ബോർഡു സ്ഥാപിച്ചു പോന്നു. എന്നാൽ, ഏതാനും ദിവസങ്ങൾക്കുള്ളിൽ സ്ഥലംമാറ്റ

മുണ്ടായി. മജിസ്ട്രേറ്റിന് - കള്ളൂരിലേക്ക്!

കള്ളൂരിൽ ചെന്നപ്പോഴും ചക്രപാണി മജിസ്ട്രേറ്റ് ജനസഭ വിളിച്ചുകൂട്ടുകയുണ്ടായി. അതാണ് അദ്ദേഹത്തിന്റെ പ്രവർത്തനശൈലി!

ചന്തസ്ഥലത്ത് മദ്യപാനികളെക്കൊണ്ട് വല്ലാത്ത ശല്യം. അടികലശലും അസഭ്യം പറയലും അതിക്രമങ്ങളുമാണ് എന്നും! അതൊന്നു നിർത്തിയ്ക്കണമെന്നായിരുന്നു മിക്കവരുടെയും ആവശ്യം.

'സാരമില്ല. അത് നിർത്താവുന്നതേയുള്ളൂ' - ചക്രപാണി

വളരെ ശാന്തനായി പരാതിക്കാരെ അറിയിച്ചു. പിന്നെ ഉദ്യോഗസ്ഥരെ വിളിച്ചു കൽപന നൽകി.

'ചന്തസ്ഥലത്ത് ഒരു വലിയ അറിയിപ്പ് ബോർഡ് സ്ഥാപിക്കണം. അതിൽ ഇങ്ങനെ എഴുതിയാൽ മതി...

'ഇവിടെ മദ്യപിച്ച് അടികലശലും ബഹളവും മറ്റും ഉണ്ടാക്കുന്നവർ കഠിനമായി ശിക്ഷിക്കപ്പെടും - ജില്ലാ മജിസ്ട്രേറ്റിന്റെ കൽപന.'

ദിവസങ്ങൾ ചിലതു കഴിഞ്ഞു. ഔദ്യോഗികമായി ചക്രപാണി സാറിന് പെട്ടെന്ന് ആനക്കാട്ടൂരിൽ പോകേണ്ടിവന്നു.

തന്റെ പഴയ ജോലിസ്ഥലമല്ലേ. അദ്ദേഹം ഉദ്യോഗസ്ഥരോട് വിവരങ്ങൾ ചോദിച്ചു.

'നാം ആ ബോർഡ് സ്ഥാപിച്ചതിൽ പിന്നെ കാട്ടുമൃഗങ്ങളുടെ ശല്യമൊന്നും ഉണ്ടായില്ലല്ലോ? ഉവ്വോ?'

'കൂടുതലൊന്നും ഉണ്ടായില്ല സാർ! ആ ബോർഡ് വെച്ചവനെ പുലി പിടിച്ചുപോയി. ആനക്കൂട്ടം ആ ബോർഡ് പിഴുതെടുത്ത് ഇവിടെ കൊണ്ടുവന്നു സ്ഥാപിച്ചിട്ടുമുണ്ട്. നമ്മുടെ ശല്യം അങ്ങോട്ടുണ്ടാകാതിരിക്കാൻ!'

'അയ്യോ!' ചക്രപാണിയുടെ നെഞ്ചൊന്നു പിടഞ്ഞു: 'ചന്തസ്ഥലത്ത് മദ്യപാനികളുടെ ശല്യത്തിനെതിരെ ഒരു ബോർഡ് എഴുതിവെയ്ക്കാൻ പറഞ്ഞിട്ടാണ് ഞാൻ പോന്നത്. അവരും ഈ കാട്ടുമൃഗങ്ങളെപ്പോലെ ആയിക്കൂടെന്നില്ലല്ലോ! എന്താ ചെയ്യുക?'

'കൈക്കൂലി ജീവിതശൈലിയാക്കിവരുടെ ഒരു നഗരത്തിൽ നിയമിച്ചാലും താങ്കൾ ഇതുതന്നെ ചെയ്യും..... കൈക്കൂലി ചോദിക്കരുത്, കൊടുക്കരുത്, വാങ്ങരുത്. ശിക്ഷിക്കപ്പെടും എന്നൊക്കെ! അല്ലേ?' ആനക്കാട്ടൂരിലെ പുതിയ മജിസ്ട്രേറ്റ് അൽപം അമർഷത്തോടെ ചോദിച്ചു.

'പിന്നെ ഞാൻ എന്താണ് ചെയ്യുക?'

'വീണ്ടും അതേ പല്ലവി? സുഹൃത്തേ, കുറ്റവാളികളെ വേഗ

ത്തിൽ കണ്ടെത്തി ശരിക്കും ശിക്ഷിക്കുക. വേണ്ടിടത്ത് തന്ത്രപരമായും നീങ്ങുക. എങ്കിൽ ഇതുപോലുള്ള ബോർഡുകളുടെ ആവശ്യമേ വരില്ല.'

ചക്രപാണി പിന്നെയും എന്തോ ചോദിക്കാൻ ഭാവിച്ചു. അപ്പോഴേക്കും ആ ഉദ്യോഗസ്ഥൻ തന്റെ മറ്റു പ്രവർത്തനങ്ങൾക്കായി പോയിക്കഴിഞ്ഞിരുന്നു.

ചിതലുകൾ

പുരാതന സംസ്കാരത്തിന്റെ സ്മാരകമെന്നപോലെ ഒരു വലിയ രാജകീയമന്ദിരം. മുന്നിൽ വിശാലമായ പൂന്തോട്ടം. തോട്ടത്തിന്റെ ഒരു ഭാഗത്തായി നീലജല തടാകം.

തീർന്നില്ല, തടാകത്തിന്റെ നടുവിൽ വിശേഷപ്പെട്ട മരംകൊണ്ടു പണിത കേളീഗൃഹം. പഴയകാലത്തു രാജകീയ ദമ്പതികൾ സ്വൈരവിഹാരത്തിനായി തോണി തുഴഞ്ഞ് ഇവിടെ ചെല്ലുമായിരുന്നു.

രാജവാഴ്ചയുടെ കാലം കഴിഞ്ഞപ്പോൾ കൊട്ടാരവും പൂന്തോട്ടവും കേളീഗൃഹവുമെല്ലാം ആൾപ്പെരുമാറ്റവും ഇല്ലാത്തതായി. കൊട്ടാരത്തിന്റെ പല ഭാഗങ്ങളും നശിച്ചുതുടങ്ങി.

തടാകമധ്യത്തിലെ കേളീഗൃഹവും ഒഴിവാക്കുക വയ്യല്ലോ. ചില തടികൾ ചിതൽ തിന്നു തുടങ്ങി. കഴുക്കോലുകളും തൂണുകളും മരംകൊണ്ടുള്ള തറയുമെല്ലാം ചിതലുകൾ തിന്നുകൊണ്ടിരുന്നു.

ഒരു ദിവസം തീറ്റയ്ക്കിടയിൽ തറയുടെ ഒരു ഭാഗം പൊളിഞ്ഞു. കുറേപ്പേർ വെള്ളത്തിൽ വീണു. പൊളിയാത്ത ഭാഗത്തിനു ചുറ്റിലുംനിന്ന് മറ്റു ചിതലുകൾ നിലവിളിച്ചു.

ഒരു ദ്വാരം! താഴെ അന്തമില്ലാത്ത ജലപ്പരപ്പ്. അവർ പല ഭാഗത്തും അരിച്ചുനടന്നു നോക്കി. എങ്ങും ജലം തന്നെ. മണ്ണുമായി ബന്ധപ്പെടാൻ കഴിഞ്ഞാൽ നന്നായി. അതിന് ഒരു വഴിയും കാണുന്നുമില്ല.

ചിതൽ മൂപ്പൻ ഒരു യോഗം വിളിച്ചുകൂട്ടി പറഞ്ഞു:

“നമ്മൾ ഇനി വളരെ ശ്രദ്ധിക്കേണ്ടിയിരിക്കുന്നു. കൂട്ടുകാർ കുറേപ്പേർ നഷ്ടമായിരിക്കയാണ്. ഒട്ടും നിയന്ത്രണമില്ലാതെ ഈ മരമെല്ലാം തിന്നുതീർത്താൽ നമ്മളും കൂട്ടമരണം വരിക്കേണ്ടിവരും. അതിനാൽ ഒരു നേരം മാത്രം ഭക്ഷിക്കണം. കുറച്ചു മാത്രം, അതായത് ജീവൻ നിലനിർത്താൻ മാത്രം ഭക്ഷിക്കണം. എന്താ, സമ്മതമല്ലേ?”

എല്ലാവരും സമ്മതം മൂളി. സഭ പിരിഞ്ഞു. ഒന്നുരണ്ടു ദിവസത്തേക്ക് എല്ലാവരും യോഗതീരുമാനപ്രകാരം ഭക്ഷണം കുറച്ചു. എന്നാൽ അടുത്ത ദിവസം ഒരു പെൺ ചിതൽ ഭർത്താവിനോടു സ്വകാര്യം പറഞ്ഞു:

“നോക്കൂ. ഈ കേളീഗൃഹം വളരെ വലുതാണ്! നമ്മുടെ വായും വയറുമാകട്ടെ വളരെ ചെറുതും. നമ്മളും കുട്ടികളും മൂന്നു നേരം ഭക്ഷിച്ചുവെന്നു വച്ച് ഇതങ്ങ് ഇടിഞ്ഞു വീഴുകയൊന്നുമില്ല. നിയന്ത്രണം പോലും! നമുക്ക് ആകുംപോലെ സുഖിക്കാനുള്ളതാണ് ഈ ജീവിതം.”

അവർ ഇഷ്ടംപോലെ തീറ്റ തുടങ്ങി. അതു കണ്ടപ്പോൾ മറ്റുള്ളവരും വിചാരിച്ചു – “നമ്മളെന്തിന് അർധപ്പട്ടിണിക്കാരായി കഴിയണം? അവരേക്കാൾ സുഖമായി നമുക്കും ജീവിക്കാമല്ലോ.”

അങ്ങനെ എല്ലാവരും പഴയതിനേക്കാൾ വേഗത്തിൽ മരങ്ങൾ തിന്നുതുടങ്ങി – “എനിക്കു സുഖിക്കണം. മറ്റാരേക്കാളും കൂടുതലായി സുഖിക്കണം” എന്ന വാശിയോടെ.

വീണ്ടും കേളീഗൃഹത്തിന്റെ ഒരു ഭാഗം കൂടി ഇടിഞ്ഞുതാണു. അകത്തേക്കു കുറെ വെള്ളവും കയറി.

ചിതൽ മൂപ്പൻ അടിയന്തരയോഗം വിളിച്ചു കൂട്ടി. യോഗത്തിൽ പലരും പല നിർദേശങ്ങളും വെച്ചു. ആവേശത്തോടെയുള്ള പ്രസംഗങ്ങൾക്കും കുറവുണ്ടായിരുന്നില്ല. തീരുമാനം പക്ഷേ, പഴയതുതന്നെ ആയിരുന്നു.

“തനിക്കു ജീവിക്കാൻ ആവശ്യമായതു മാത്രം എടുക്കുക.

മരങ്ങൾ മുഴുവനും ഇങ്ങനെ നശിപ്പിക്കരുത്. നമ്മുടെ ജീവനാണത്. തലമുറകൾക്കു വേണ്ടതാണ്. സർവനാശം ഉണ്ടാക്കരുത്."

എന്നാൽ, പ്രമേയങ്ങൾക്കും തീരുമാനങ്ങൾക്കും ദീർഘായുസ്സുണ്ടായില്ല. ഏതാനും ദിവസങ്ങൾക്കുശേഷം അവർ മരത്തറയും മരത്തൂണുമെല്ലാം ഭക്ഷണമാക്കാൻ മൽസരിക്കുകയാണെന്നു തോന്നി.

ഒടുവിൽ, ഒരു ദിവസം ആ കേളീഗൃഹം തൂണുകൾ തകർന്ന് തടാകത്തിൽ ചരിഞ്ഞു. അതു ജലോപരി ആലിലക്കണ്ണനെപ്പോലെ, നോഹയുടെ പെട്ടകം പോലെ പൊങ്ങിക്കിടക്കെ, അവശേ

ഷിച്ച ചിതലുകൾ ആകാശം നോക്കി പ്രാർഥന ചൊല്ലി:

"ഞങ്ങളോടു പൊറുക്കണമേ!

ഞങ്ങളെ കരകയറ്റണമേ!"

അപ്പോൾ ആകാശത്തുനിന്ന് ഗർജനങ്ങളുണ്ടായി – തുടർച്ചയായ ഇടിമിന്നലുകൾ! ഘോരമായ കൊടുങ്കാറ്റും കോരിച്ചൊരിയുന്ന മഴയും ഉണ്ടായി.

ഗ്രാമത്തിലെ രാക്ഷസൻ

വിഡ്ഢികളുടെ ഒരു ഗ്രാമം. പണ്ടുപണ്ടൊരു കാലം. ഒരു നാടോടി ഒരിക്കൽ അവിടെ എത്തിച്ചേർന്നു.

നാട്ടുകാരെല്ലാം വളരെ ഭയത്തിൽ കഴിയുകയാണെന്ന് അയാൾക്കു തോന്നി. ഒരു പാടം മുറിച്ചുകടക്കാൻ ശ്രമിക്കുകയായിരുന്നു അയാൾ. പാടമെന്നു പറയാൻ വയ്യ. അവിടവിടെ വിശാലമായ വള്ളിപ്പടർപ്പുകൾ മാത്രം. അങ്ങോട്ടു തിരിയവേ ഗ്രാമീണരിൽ ചിലർ അയാളെ തടഞ്ഞു:

"അതിലൂടെ പോകരുത്. രാക്ഷസന്മാരുണ്ട്."

"രാക്ഷസന്മാരോ? കാണുന്നില്ലല്ലോ." അയാൾ ചോദിച്ചു.

"ഉണ്ടേന്നേ. അവിടെ പതുങ്ങിയിരിപ്പാണ്."

"എന്നാലൊന്നു കാണണമല്ലോ! ഞാൻ നോക്കട്ടെ."

അയാൾ ഒരു യുക്തിവാദിയെപ്പോലെ ഇറങ്ങി നടക്കുന്നത് ജനങ്ങൾ ഉത്കണ്ഠയോടെ നോക്കിനിന്നു.

കുറച്ചുദൂരം നടന്നപ്പോൾ നിലത്തു പടർന്ന വള്ളികളിൽ തണ്ണിമത്തൻ വിളഞ്ഞു നിൽക്കുന്നതാണ് അയാൾ കണ്ടത്. നാട്ടുകാരെ ഭയപ്പെടുത്തുന്ന, പതുങ്ങിയിരിക്കുന്ന രാക്ഷസൻ ഇതായിരിക്കുമോ? മറ്റൊന്നും കാണാനില്ലല്ലോ.

എന്തുമാകട്ടെ. തൽക്കാലം ഒരെണ്ണം മുറിച്ചു തിന്നുക തന്നെ.

തന്റെ ഭാണ്ഡത്തിൽനിന്നു കത്തിയെടുത്ത് അയാൾ ഒരു തണ്ണിമത്തൻ മുറിച്ചു തിന്നാൻ തുടങ്ങി.

ജനങ്ങൾക്ക് അത്ഭുതം അടക്കാനായില്ല. എന്നാൽ, അതോ

ടൊപ്പം അവരിൽ ഭയവും വർധിക്കുകയായിരുന്നു.

"പതുങ്ങിയിരിക്കുന്ന ഉരുണ്ട രാക്ഷസനെ അയാൾ കൊന്നു തിന്നുന്നതു കണ്ടില്ലേ? നാളെ നമ്മളെയും ഇങ്ങനെ മുറിച്ചു തിന്നുമായിരിക്കും!" ഒരാൾ അഭിപ്രായപ്പെട്ടു.

ഒന്നുരണ്ടുപേർ അയാളെ കല്ലെടുത്തെറിഞ്ഞു. പിന്നെ, എല്ലാവരും കല്ലെറിയാൻ തുടങ്ങിയപ്പോൾ ആ ചെറുപ്പക്കാരൻ ജീവനുംകൊണ്ട് ഓടിയകന്നു.

ഒരു വർഷം കഴിഞ്ഞു. മറ്റൊരു സഞ്ചാരി ആ ഗ്രാമത്തിൽ എത്തി. ജനങ്ങൾ അയാളെയും തടഞ്ഞുനിർത്തി രാക്ഷസനെപ്പറ്റി പറഞ്ഞു. അതു വിശ്വസിക്കാൻ അയാൾക്കു കഴിഞ്ഞില്ല. എങ്കിലും ഭയം നടിച്ചു താൻ പിൻവാങ്ങിയതായി അയാൾ അറിയിച്ചു.

അന്ന് ഒരു ഗ്രാമീണന്റെ അതിഥിയായാണ് സഞ്ചാരി കഴിച്ചുകൂട്ടിയത്! രാക്ഷസനെപ്പറ്റി ഓരോ കാര്യങ്ങളും കഥകളും അയാൾ ചോദിച്ചറിഞ്ഞു. രണ്ടുദിവസംകൂടി അവിടെ താമസിച്ചപ്പോൾ അനേകം പേർ സുഹൃത്തുക്കളായി. അയാൾ പറഞ്ഞു:

“നമുക്ക് ആ രാക്ഷസന്മാരെ കൊല്ലണം. എല്ലാവരും ഓരോ കത്തിയെടുത്തു പതുങ്ങിച്ചെല്ലണം. മുന്നിൽ രാക്ഷസനെ കണ്ടാൽ ഒരൊറ്റ വെട്ട്. പകൽനേരത്ത് രാക്ഷസന്മാർ ഉറക്കമായിരിക്കും. എളുപ്പമാണ് കൊല്ലാൻ. എന്താ?”

കുറേപ്പേർ ഈ അഭിപ്രായത്തിനോടു യോജിച്ചില്ല. ഭയം അവരുടെ കൂടപ്പിറപ്പാണ്. സാഹസങ്ങൾക്കൊന്നും വയ്യ. എന്നാൽ കുറേപ്പേർ സഞ്ചാരിയുടെ അഭിപ്രായത്തിനോടു യോജിപ്പു പ്രകടിപ്പിക്കാതിരുന്നില്ല. അവരെയുംകൂട്ടി അയാൾ അടുത്തദിവസം ഉച്ചയോടെ പാടത്തേക്കു നടപ്പായി - ഒരു ഭീകരനെ എതിരിടാനുള്ള ഭാവത്തോടെ.

നിരന്നുനിന്നു മുന്നോട്ടുനീങ്ങുമ്പോൾ അയാൾ കൂട്ടുകാരോടു പറഞ്ഞു:

“ഉരുണ്ട രാക്ഷസന്മാർ ഉറക്കത്തിലായിരിക്കും. ഒട്ടും ഭയപ്പെടേണ്ട. കത്തിയെടുത്ത് ഒരൊറ്റ വെട്ട്.”

കുറച്ചു നടന്നപ്പോൾ സഞ്ചാരി, “അതാ ഒരു രാക്ഷസൻ!” എന്നു പറഞ്ഞു, ഓടിച്ചെന്ന് ഒരു തണ്ണിമത്തൻ വെട്ടിപ്പിളർന്നു. മറ്റുള്ളവരും അപ്പോൾ അതുപോലെ ചെയ്തു. അവർ വിജയഭാവത്തിൽ ചിരിച്ചു.

സഞ്ചാരി പിന്നെ പിളർന്ന തണ്ണിമത്തന്റെ ഒരു കഷണമെടുത്തു രുചിച്ചുനോക്കിയിട്ടു പറഞ്ഞു:

"ഹായ്! നല്ല സ്വാദുണ്ടല്ലോ ഇവനെ തിന്നാൻ! നിങ്ങളൊന്നു തിന്നുനോക്കിയേ."

മടിച്ചുമടിച്ചാണെങ്കിലും ഒന്നുരണ്ടുപേർ ഓരോ കഷ്ണമെടുത്തു രുചിച്ചുനോക്കി. അവരുടെ മുഖങ്ങളിൽ സന്തോഷം വിരിഞ്ഞു. അപ്പോൾ, മറ്റുള്ളവരും തണ്ണിമത്തന്റെ കഷ്ണങ്ങൾ മുറിച്ചുമുറിച്ചു തിന്നുകയായി.

ദൂരെ, ഭയത്തോടെ നോക്കി നിൽക്കുകയായിരുന്ന ഗ്രാമീണർക്കുണ്ടോ അതു സഹിക്കാൻ കഴിയുന്നു? അവരും ആർത്തുവിളിച്ചുകൊണ്ട് ഇറങ്ങിവന്നു തണ്ണിമത്തൻ തിന്നാൻ മൽസരിക്കുന്നതുപോലെയായി. കുറേപ്പേർ സ്വന്തം വീടുകളിലേക്കും തണ്ണിമത്തൻ എടുത്തുകൊണ്ടുപോയി.

അന്നുമുതൽ സഞ്ചാരിയായി ഗ്രാമീണരുടെ നേതാവ്. അയാൾ പതുക്കെ അവരുടെ ഭയമെല്ലാം മാറ്റുകയും തണ്ണിമത്തൻ കൃഷിചെയ്ത് അടുത്തകൊല്ലവും ഇതുപോലെ വിളവെടുക്കാമെന്നു പറയുകയും ചെയ്തു.

ഗ്രാമീണരുടെ സ്നേഹം നേടി, അവരുടെ അന്ധവിശ്വാസങ്ങൾ മാറ്റി, കൃഷിചെയ്യാൻ പഠിപ്പിച്ച ആ സഞ്ചാരിയെ അവർ തങ്ങളുടെ ഗ്രാമമുഖ്യനായി വാഴിച്ചു.

ശശാങ്കരാജാവിന്റെ പ്രജകൾ

എങ്ങും കടുത്ത വരൾച്ച. മലകളിലേക്ക് ജലം തേടി കാട്ടാനകളുടെ യാത്ര.

തിങ്കൾമലയിൽ വസിച്ചിരുന്ന മുയലുകൾ പക്ഷേ വരൾച്ച അറിഞ്ഞതേയില്ല. ഒരിക്കലും വറ്റാത്ത ഒരു തടാകം ആ മലയിലുണ്ട്.

മുയലുകൾ അവരുടേതായ ഒരു രാജ്യം സൃഷ്ടിച്ചിരിക്കുകയാണ്. തിങ്കൾ മലയിലെ തടാകത്തിനു ചുറ്റും.

ദുഷ്ടമൃഗങ്ങളൊന്നും അധികമായി അവിടെയെത്തിയിരുന്നുമില്ല.

എന്നാൽ ഇത്തവണ ജലം തേടിയിറങ്ങിയ കാട്ടാനകൾ തിങ്കൾമലയിലുമെത്തി. തടാകത്തിലെ സമൃദ്ധമായ ജലം കണ്ട് അവർ ആഹ്ലാദിച്ചു.

ആഹാ!..... എത്രനാളായി ഇത്രയും വെള്ളം കണ്ടിട്ട്! കുളിക്കാനും കുടിക്കാനും കളിക്കാനും കലക്കാനുമെല്ലാം വേണ്ടത്ര വെള്ളം. വെള്ളത്തിലും കരയിലും കാട്ടാനകളുടെ ബഹളം.

ഈ ബഹളത്തിനിടയിൽ മുയലുകൾ തലങ്ങും വിലങ്ങും ഓടി. പലർക്കും പരിക്കുകൾ പറ്റി. മുയൽ മാളങ്ങൾ തകർന്നു. ചിലർ കാട്ടാനച്ചവിട്ടിൽ ചമ്മന്തിയായിപ്പോയി. ദാഹം തീർത്തും കുളി കഴിച്ചുമൊക്കെ ആനകൾ പോയപ്പോൾ മുയലുകൾ അടിയന്തര യോഗം കൂടി. മുയൽ നേതാവ് പറഞ്ഞു:

“ഒരു വലിയ ദുരന്തമാണ് നമുക്കു സംഭവിച്ചിരിക്കുന്നത്. നാളെയും ആനകൾ വന്ന് ഇതുപോലെ ചെയ്യുവാനിടയുണ്ട്. എങ്കിൽ നമ്മുടെ നാട് മുടിഞ്ഞതുതന്നെ. വംശംതന്നെ ഇല്ലാതാ

യേക്കും. ഇതെങ്ങനെ നാം തടയും?"

"തടയാൻ നമ്മൾ ശക്തരല്ല. ആനകൾ മഹാശക്തന്മാരല്ലേ? നമുക്ക് ഈ നാടുവിട്ട് എവിടേക്കെങ്കിലും പോകാം."

ഒരു മുയൽ പറഞ്ഞു: "നാടുവിടുകയോ? ഇത് നമ്മുടെ ജന്മഭൂമിയല്ലേ? എങ്ങനെ ഉപേക്ഷിക്കും? എന്തിന്? അക്രമികൾ വന്നുവെന്നതു ശരി. ഇനിയും അവർ ഇങ്ങോട്ടു വരാതിരിക്കാൻ വല്ല തന്ത്രവും പ്രയോഗിക്കാനാകുമോ എന്നാണ് നോക്കേണ്ടത്."

"ആ ചെറുപ്പക്കാരൻ പറഞ്ഞതാണ് ശരി. ബുദ്ധിശാലികൾ മുന്നോട്ടു വരട്ടെ." നേതാവ് പറഞ്ഞു.

പിന്നെ നിശ്ശബ്ദത. ആരും മുന്നോട്ടു വന്നില്ല.

"എന്നാൽ ഞാൻ തന്നെ ഒരു വഴി പറയാം." മുയൽ നേതാവ് പറഞ്ഞു.

"തിങ്കൾ മലയുടെ രാജാവ് ശശാങ്ക മഹാരാജാവ് കാട്ടാനകളോട് കോപിച്ചിരിക്കുകയാണ് എന്ന് അവരുടെ നേതാവിനെ അറിയിക്കണം. പോകുന്നവൻ ധൈര്യശാലിയായിരിക്കണം. നല്ല വാക്സാമർഥ്യവും വേണം. സ്വന്തം കുലത്തിനും ജന്മഭൂമിക്കും വേണ്ടി ജീവൻ കളയാൻ വരെ ഒരുക്കമായിരിക്കണം. ആരുണ്ട് അങ്ങനെ ഒരാൾ? അയാൾ മുന്നോട്ടു വരട്ടെ."

വീണ്ടും നിശ്ശബ്ദത. ഒരില പോലും അനങ്ങുന്നില്ല.

"നിങ്ങളിൽ ഒരു ചുണക്കുട്ടിയും ഇല്ലെന്നോ? എങ്കിൽ ഈ വയസ്സുകാലത്തു ഞാൻ തന്നെ പോകാം. നേതാവ് ചുമ്മാ പ്രസംഗിച്ചാൽ പോരല്ലോ. പ്രവർത്തിച്ചു കാണിക്കുന്നവനുമാകണം."

"അങ്ങു പോകേണ്ട. ഞാൻ തയാറാണ്."

"ഇതാ ഞാനുമുണ്ട്."

"കൊള്ളാം. കൊള്ളാം. നമ്മുടെ നാടു ഭീരുക്കളുടേതല്ല; വീരന്മാരുടേതു തന്നെ. നിങ്ങൾ മൂവരും എന്റെ കൂടെ വരൂ. എന്തു ചെയ്യണമെന്നു ഒന്നാമനായി വന്ന ത്യാഗി മുയലിനോടു ഞാൻ സ്വകാര്യമായി പറയുന്നുണ്ട്. മറ്റു രണ്ടുപേരും അയാളുടെ കൂടെ പോയി മറഞ്ഞിരിക്കണം. അപകട സൂചന കണ്ടാൽ ഉടനെ നമുക്കു വിവരം തന്നാൽ മതി."

മുയൽ നേതാവ് പിന്നെ ത്യാഗി മുയലിന്റെ ചെവിയിൽ വിവരങ്ങൾ പറഞ്ഞുകൊടുത്തു. അവൻ അടുത്ത ദിവസം, സ്വന്തം നാടിന്റെ പ്രവേശന അതിർത്തിയിൽ ആനകൾ വരുന്നതും കാത്ത് ഇരിപ്പായി.

രാത്രിയായപ്പോഴായിരുന്നു ആനക്കൂട്ടത്തിന്റെ വരവ്.

"നിൽക്കണം ഗജരാജാവേ!"

ശബ്ദം കേട്ടപാടെ, കാട്ടാനക്കൊമ്പൻ അറിയാതെ നിന്നുപോയി.

"ഇങ്ങനെ കൽപിക്കാൻ ആർക്കാണിത്ര ധൈര്യം? മറഞ്ഞു

നിൽക്കാതെ പുറത്തു വരൂ; എന്റെ മുന്നിലേക്ക്."

മുയൽ ശങ്കിച്ചില്ല. കുറ്റിക്കാട്ടിൽനിന്നു പുറത്തു വന്ന് അവൻ പറഞ്ഞു:

"ഞാൻ ശശാങ്കമഹാരാജാവിന്റെ ദൂതനാണ്. അദ്ദേഹം നിങ്ങളോടു കഠിനമായി കോപിച്ചിരിക്കയാണ്."

"ശശാങ്കമഹാരാജാവോ?"

"അതെ, ഭൂമിയും ആകാശവും ഒരുമിച്ചു ഭരിക്കുന്ന ഞങ്ങളുടെ മഹാരാജാവ്"

"ശരി. അദ്ദേഹം കോപിക്കാൻ ഞങ്ങൾ എന്തു കുറ്റമാണാവോ ചെയ്തത്?"

"ഇന്നലെ തടാകത്തിൽ വെള്ളം കുടിക്കാൻ വന്നപ്പോൾ അദ്ദേഹത്തിന്റെ പ്രജകളായ ഞങ്ങളിൽ പലരെയും നിങ്ങൾ ചവിട്ടിക്കൊന്നില്ലേ? എത്ര വീടുകൾ തകർന്നു? എത്ര പേരുടെ കൈയും കാലും ഒടിഞ്ഞു?"

"അയ്യോ! കഷ്ടമായിപ്പോയി. വേണമെന്നുവെച്ച് ആരും ചെയ്തതാവില്ല കേട്ടോ. വെള്ളം കണ്ടപ്പോൾ നന്നേ സന്തോഷിച്ചു. അതിന്റെ കുഴപ്പമാണ്. ആട്ടെ, രാജാവ് നല്ല കോപത്തിലാണോ?"

"ഉവ്വ്. നല്ല കോപത്തിലാണ്. നിങ്ങളെ ഉടൻ ശിക്ഷിക്കുമെന്നാണ് പറഞ്ഞത്. ഞങ്ങളെപ്പോലെ നിങ്ങളെയും വെളുപ്പിച്ചു പ്രജകളാക്കിയേക്കും!"

"അയ്യോ! ഞങ്ങളെ വെളുപ്പിച്ചു കളയുമെന്നോ? ഞങ്ങൾ അതോടെ വെള്ളാനകളാകില്ലേ? അതു വേണ്ട. രാജാവ് എവിടെ ഇരിക്കുന്നുവെന്നു പറയൂ. ഞങ്ങൾ മുഖം കാണിച്ചു മാപ്പു പറഞ്ഞ് പോയ്ക്കോളാം."

"തടാകത്തിന്റെ നടുവിൽ തിരുമനസ്സ് ഇപ്പോൾ ധ്യാനത്തിലായിരിക്കും. കരയിൽനിന്നു നോക്കി നമസ്കരിച്ചു മടങ്ങിക്കോളൂ. വെള്ളത്തിലിറങ്ങി ധ്യാനത്തിനു ഭംഗമുണ്ടാക്കരുത്. അദ്ദേഹം കൂടുതൽ കോപിച്ചേക്കും."

"അങ്ങനെ ചെയ്യാം. പക്ഷേ, ഞങ്ങൾക്ക് നല്ല ദാഹമുണ്ട

ല്ലോ. അൽപം വെള്ളം"

"തൽക്കാലം അതു സഹിച്ചേ പറ്റൂ. രാവിലെ ഓരോരുത്തരായി വന്നു കുടിക്കാൻ വിഷമമുണ്ടാവില്ല. ധ്യാനം കഴിഞ്ഞാൽ രാജാവ് മറ്റൊരു ലോകത്തിലേക്കു പോകും. പ്രജകളായ ഞങ്ങൾക്ക് ഉപദ്രവമൊന്നും ഉണ്ടാക്കാതെ വേണം വെള്ളം കുടിക്കാൻ എന്ന് അദ്ദേഹം പറഞ്ഞിട്ടുണ്ട്."

"സമ്മതിച്ചു. ഞങ്ങൾ അദ്ദേഹത്തെ കണ്ട് ഒന്നു നമസ്കരിച്ചുകൊള്ളട്ടെ."

"നമസ്കരിക്കാം. പക്ഷെ വളരെ അച്ചടക്കത്തോടെ വേണം." മുയൽ നിർദേശിച്ചു. "എന്റെ പിന്നാലെ വരിവരിയായി വന്നോളൂ. നാളെ രാവിലെ വെള്ളം കുടിക്കാൻ വരുമ്പോഴും ഈ അച്ചടക്കം ഉണ്ടായിരിക്കണം."

അങ്ങനെ അവരെല്ലാം തടാകക്കരയിൽ എത്തി. അൽപം വലത്തോട്ടു മാറി, തടാകത്തിലെ പൂർണചന്ദ്രന്റെ നിഴൽ ചൂണ്ടി മുയൽ പറഞ്ഞു:

"നോക്കൂ. ഭൂമിയും ആകാശവും ഭരിക്കുന്ന ശശാങ്കമഹാരാജാവ് അവിടെ ധ്യാനത്തിലാണ്. മടിയിൽ ഒരു മുയൽക്കുഞ്ഞിനെ അദ്ദേഹം എടുത്തിരിക്കുന്നതും കണ്ടില്ലേ? ഓരോരുത്തരായി നമസ്കരിച്ചു മടങ്ങിക്കോളൂ."

തുമ്പിക്കൈ ഉയർത്തി ആന നേതാവ് പ്രാർഥനാശബ്ദം പുറപ്പെടുവിച്ചു. ഒരിക്കൽക്കൂടി തുമ്പിക്കൈ ഉയർത്തി ക്ഷമാപണം പറഞ്ഞു തിരികെ നടന്നു. മറ്റുള്ള ആനകളും അതുപോലെ ചെയ്തു.

ഈ അച്ചടക്കം അടുത്ത ദിവസം രാവിലെ തടാകത്തിൽ വെള്ളം കുടിക്കാൻ വരുമ്പോഴും അവർ കാണിക്കുകയുണ്ടായി. മുയലുകൾക്ക് ഒരു ശല്യവും ഉണ്ടായില്ല.

കരിമലപോലെ, കറുത്ത ശക്തരായ ആനകൾക്കരികെ, വെളുത്ത നിലാവിൻതുണ്ടുകൾ പോലെ കൊച്ചു മുയലുകൾ! അവർ സ്നേഹത്തോടെ, ഐക്യത്തോടെ ആ വനത്തിൽ സസുഖം ജീവിച്ചു.

വയറ്റിലൊളിച്ച പാമ്പ്

ഒരു നായാട്ടുകാരനുണ്ടായിരുന്നു. കാടിനടുത്തുള്ള ഗ്രാമത്തിൽ ഒറ്റയ്ക്കാണ് അയാളുടെ താമസം.

തന്റെ ഭക്ഷണത്തിനും അത്യാവശ്യങ്ങൾക്കും വേണ്ടി മാത്രമേ അയാൾ മൃഗങ്ങളെ വേട്ടയാടിയിരുന്നുള്ളൂ. കണ്ടമാനം കൊല്ലുക, മാംസം വിറ്റു കാശുണ്ടാക്കുക എന്നത് അയാൾക്ക് ഇഷ്ടമായിരുന്നില്ല.

നായാട്ടിനിടയിൽ ചിലപ്പോൾ അയാൾക്കു മാൻകുട്ടികളെയും ആട്ടിൻകുട്ടികളെയും മറ്റും ജീവനോടെ ലഭിക്കാറുണ്ട്. അവയെ അയാൾ സ്നേഹത്തോടെ വളർത്തി. അയാളോടൊപ്പം അങ്ങനെ പലതരം മൃഗങ്ങളും പക്ഷികളും വളർന്നുവന്നു.

മൃഗങ്ങളുടെ ഓമനത്തവും നിഷ്കളങ്കതയും അയാളിലെ സ്നേഹത്തെ ഉണർത്തി. ആ മിണ്ടാപ്രാണികൾക്കു തന്നോടു എന്തു സ്നേഹമാണ്! ഇനി നായാട്ടു വയ്യ. അയാൾ തീരുമാനിച്ചു. പിന്നെ അൽപ്പാൽപ്പമായി കൃഷിയിലും മൃഗപാലനത്തിലുമായി ശ്രദ്ധ.

ഒരു ദിവസം നോക്കിയപ്പോൾ അയാൾക്കു സങ്കടം വന്നു. മാൻകുട്ടികളിൽ ഒന്നിനെ കാണാനില്ല. അത് ഓടിപ്പോകില്ല. ആരെങ്കിലും കട്ടുകൊണ്ടുപോയതാകണം. ആരാകും?

അടുത്തദിവസം അയാൾ തന്റെ വളർത്തുമൃഗങ്ങളെ എല്ലാറ്റിനെയും ശ്രദ്ധിച്ചു. ശോ! ഒരു മുയലിനെയാണല്ലോ ഇന്നു കാണാതായിരിക്കുന്നത്.

മൂന്നാംദിവസവും അതു സംഭവിച്ചു. നഷ്ടമായത് ഒരു ആട്ടിൻകുട്ടി. സംശയിക്കാനില്ല. ആരോ തന്റെ മൃഗങ്ങളെ ഓരോന്നായി മോഷ്ടിക്കുന്നു. അല്ലെങ്കിൽ കൊന്നുതിന്നുന്നു.

അതു വേറെ വല്ല ക്രൂരമൃഗങ്ങളുമാകാം. മനുഷ്യനുമാകാം. ഏതായാലും കള്ളനെ പിടികൂടിയേ പറ്റൂ. കൃഷിക്കാരനായ അയാൾ വീടിനടുത്തുള്ള മരത്തിൽ അമ്പും വില്ലുമായി കയറി രാത്രിയിൽ ഇരിപ്പായി.

പാതിര കഴിഞ്ഞു. അപകടസൂചനകളൊന്നും ഇല്ല. നേരം വെളുക്കാറായി. അപ്പോഴാണയാൾ കണ്ടത് - വലിയ ഒരു പാമ്പ് തന്റെ ആലയിലേക്ക് ഇഴഞ്ഞുപോകുന്നു!

അയാൾ മരക്കൊമ്പിൽനിന്നു ചാടിയിറങ്ങി. ശബ്ദംകേട്ടു പാമ്പ് തിരിഞ്ഞുനോക്കി. അമ്പും വില്ലുമായി ഒരാൾ തന്റെ പിന്നാലെ വരുന്നതുകണ്ടു പാമ്പു നെട്ടോട്ടമായി. നായാട്ടുകാരനും ഓടി.

വളരെദൂരം ഓടിയിട്ടും പാമ്പിന്റെ നേരെ അമ്പ് തൊടുക്കാൻ അയാൾക്കു സാധിച്ചില്ല. നേരമാണെങ്കിൽ ശരിക്കും വെളുത്തു കഴിഞ്ഞു.

പാമ്പ് എത്തിപ്പെട്ടതു വയലിൽ കിളയ്ക്കുകയായിരുന്ന ഒരു കൃഷിപ്പണിക്കാരന്റെ മുന്നിലാണ്. പാമ്പ് പറഞ്ഞു:

"ചങ്ങാതീ, എന്നെയൊന്നു രക്ഷിക്കണേ! അമ്പും വില്ലുമായി ഒരാൾ എന്നെ കൊല്ലാൻ വരുന്നുണ്ട്. ഏതെങ്കിലും തരത്തിൽ എന്നെ രക്ഷിക്കൂ. പുണ്യം കിട്ടും!"

"എങ്ങനെയാണ് നിന്നെ രക്ഷിക്കുക? ഇവിടെ അതിനു പറ്റിയ ഒരു സൗകര്യവും ഇല്ലല്ലോ. സാരമില്ല. ഞാൻ വായ തുറന്നുപിടിക്കാം. അതിലൂടെ കേറി എന്റെ വയറ്റിൽ തൽക്കാലം ഒളിച്ചോളൂ."

കൃഷിപ്പണിക്കാരൻ വായ തുറക്കേണ്ട താമസം, പാമ്പ് സ്വന്തം മാളത്തിലേക്കെന്നവണ്ണം വേഗത്തിൽ കയറി അയാളുടെ വയറ്റിൽ ചുരുണ്ടുകൂടി.

പുറകെ അമ്പും വില്ലുമായി എത്തിയ നായാട്ടുകാരൻ ചോദിച്ചു: “ഇതിലൂടെ ഒരു പാമ്പ് ഓടിപ്പോകുന്നതു നിങ്ങൾ കണ്ടോ?”

“ഇല്ലല്ലോ. പാമ്പ് ഓടിപ്പോകുന്നതു ഞാൻ കണ്ടില്ല.”

കൃഷിപ്പണിക്കാരൻ പറഞ്ഞതു കേട്ട് അയാൾ മുന്നോട്ടേക്ക് ഓട്ടം തുടർന്നു.

കൃഷിപ്പണിക്കാരനു പെട്ടെന്നു തലചുറ്റുന്നതുപോലെ തോന്നി. അയാൾ വയൽവരമ്പിൽ ഇരുന്നു ചിന്തിച്ചു.

ഞാൻ സത്യമാണല്ലോ പറഞ്ഞത്. പാമ്പ് ഓടിപ്പോകുന്നതു കാണുകയുണ്ടായില്ല. ഓടിയൊളിക്കുകയാണല്ലോ ചെയ്തത്; തന്റെ വയറ്റിൽ!

വല്ലാത്തൊരു അസ്വസ്ഥത. ഛർദിക്കേണ്ടിവരുമോ? വയർ വല്ലാതെ വീർത്തിരിക്കയാണ്. ഗർഭിണിയായതുപോലെ!

അൽപ്പനേരംകൂടി അങ്ങനെ ഇരുന്നു. മറ്റേയാൾ തിരിച്ച് ഈവഴി വരില്ലെന്ന് ഉറപ്പായപ്പോൾ കൃഷിപ്പണിക്കാരൻ പാമ്പിനെ വിളിച്ചു:

“ചങ്ങാതീ, ഇറങ്ങിവരൂ. ഇനി ഭയപ്പെടാനില്ല.”

പാമ്പ് മറുപടിയൊന്നും പറഞ്ഞില്ല. അനക്കമില്ല.

“ചങ്ങാതീ പുറത്തേക്കു വരൂ. എനിക്കു വല്ലാത്ത വിഷമം.”

പാമ്പ് ഒന്നുകൂടി വയറ്റിനകത്തു ചുരുണ്ടതേയുള്ളൂ.

“എടോ ദുഷ്ടാ! ഇറങ്ങിവരൂ. എനിക്കു നോവുന്നു, നന്ദി കെട്ട മൂർഖാ!” അയാൾ ശകാരിക്കാനും കരയാനും തുടങ്ങിയപ്പോൾ പാമ്പു പറഞ്ഞു:

“എടാ മൂഢാ! നിന്റെ വയറ്റിൽ എന്നെ താമസിപ്പിക്കാൻ വയ്യെങ്കിൽ നീയെന്തിനാണ് എനിക്കു കയറാൻ വായ തുറന്നുതന്നത്? ഞാൻ അത്ര മൂഢനല്ല. നിന്റെ ഈ വയർ എത്ര സുന്ദരമാണെന്നോ! സുഖകരമാണെന്നോ! മൃദുലമായ കുടൽമാലകൾ, മധുരമായ കരൾ, ചുവന്ന രക്തനദികൾ... ആരെയും ഭയപ്പെടാതെ എനിക്കിവിടെ കഴിയാം. എനിക്കു വേണ്ടതെല്ലാം നീ വായിലൂടെ

നിത്യവും തന്നുകൊണ്ടിരിക്കണം. ഇല്ലെങ്കിൽ നിന്നെ ഞാൻ തിന്നുകൊണ്ടിരിക്കും!"

കൃഷിപ്പണിക്കാരൻ വിഷമത്തിലായി. അയാൾ കരഞ്ഞു. വേദന സഹിക്കാനാകാതെ തന്റെ അവസ്ഥ മറ്റുള്ളവരോടു പറഞ്ഞു. അപ്പോൾ ചിലർ ചോദിച്ചു:

"വഴിയെപോയ വയ്യാവേലി താനെന്തിനാ വലിച്ച് അകത്താക്കിയത്? എന്നിട്ടിപ്പോൾ കരയുന്നോ? രോഗം വരുന്നതിനു മുമ്പ് അതു തടയുന്നതല്ലേ ബുദ്ധി?"

സഹായിക്കുന്നതിനു പകരം എല്ലാവരും തന്നെ കുറ്റപ്പെടുത്തുകയാണ്. മറ്റു ചിലർ ഉപദേശിക്കുന്നു. അപൂർവം ചിലർ ചുമ്മാ സഹതാപം കാണിച്ച് അകലുന്നു.

ഇനി ആരോടും തന്റെ ദുഃഖത്തെപ്പറ്റി സംസാരിക്കേണ്ടതില്ലെന്നാണ് ഒടുവിൽ അയാൾ തീരുമാനിച്ചത്. സഹിക്കാനാകാതെ വന്നാൽ മരിക്കുക തന്നെ!

അങ്ങനെ അയാൾ ഒരു തടാകക്കരയിൽ ഇരിക്കെ രണ്ടു കഴുകന്മാർ അടുത്തുള്ള മരത്തിൽ പറന്നിറങ്ങി. വേദന കടിച്ചമർത്തുന്ന മുഖത്തോടെ അയാൾ അവയെ നോക്കി.

"ഞങ്ങളോടെന്താ ദേഷ്യപ്പെട്ടിട്ടെന്നപോലെ നിങ്ങൾ നോക്കുന്നത്? ഞങ്ങൾ നിങ്ങളോടു എന്തെങ്കിലും തെറ്റു ചെയ്തോ? അതോ ഞങ്ങൾ ഇവിടെ വന്നതും ഇരുന്നതും ഇഷ്ടമായില്ലേ?" കഴുകന്മാരിലൊരാൾ ചോദിച്ചു.

"ഹേയ്! നിങ്ങൾ എന്നോട് ഒരു തെറ്റും ചെയ്തില്ല. തെറ്റു ചെയ്ത ഒരുത്തൻ എന്റെ വയറ്റിലുണ്ട്." കൃഷിക്കാരൻ സങ്കടത്തോടെ പറഞ്ഞു: "ഇതു കണ്ടില്ലേ, എന്റെ വയർ ഗർഭിണിയെപ്പോലെ? ഒരു വലിയ പാമ്പാണ് ഉള്ളിൽ. രക്ഷിക്കണേ എന്നു കരഞ്ഞപേക്ഷിച്ചു വന്നപ്പോൾ ഞാൻ ഒളിക്കാൻ വയറ്റിൽ ഇടം കൊടുത്തു. ഇപ്പോൾ എത്ര വിളിച്ചിട്ടും നന്ദികെട്ട ആ ദുഷ്ടൻ പുറത്തു വരാതെ എന്നെ ശിക്ഷിക്കാനാണ്, തിന്നുതീർക്കാനാണ് ഭാവം. അതിന്റെ വേദനയാണ് എന്റെ മുഖത്ത്; നിങ്ങളോടുള്ള

ദേഷ്യമല്ല."

കഴുകന്മാർ പരസ്പരം നോക്കി ചിരിച്ചു. അവർ സ്വകാര്യം പറഞ്ഞു ഒരു പദ്ധതി ഉറപ്പിച്ചു. പിന്നെ ഒരു കഴുകൻ ദേഷ്യത്തോടെ ചോദിച്ചു:

"എടോ കിഴവാ? താൻ എന്താ പറഞ്ഞത്? നന്ദികെട്ടവനെന്നോ? ദുഷ്ടനെന്നോ? ഞങ്ങളുടെ യജമാനനാണ് അതെന്ന് നിനക്കറിയുമോ?"

"അതെ. ഞങ്ങളുടെ യജമാനൻ ഇഷ്ടംപോലെ ചെയ്യും. ഒരക്ഷരം അദ്ദേഹത്തെപ്പറ്റി മോശമായി പറഞ്ഞുപോകരുത്. ഞങ്ങളുടെ കൺകണ്ട ദൈവമാണ്." മറ്റേ കഴുകൻ പറഞ്ഞു.

"അതെയതെ. ഞങ്ങളുടെ ദൈവം!" കൃഷിപ്പണിക്കാരന്റെ അടുത്തേക്കു നീങ്ങിക്കൊണ്ട് ആദ്യത്തെ കഴുകൻ പറഞ്ഞു: "ദൈവമേ! അങ്ങ് എന്തിനാണ് ഈ വൃത്തികെട്ട മനുഷ്യന്റെ വയറ്റിൽ പാർത്തിരിക്കുന്നത്? അങ്ങേക്ക് ഇങ്ങോട്ടു ഞങ്ങളുടെ വയറ്റിലേക്കു വരാമല്ലോ. ഞങ്ങൾക്ക് അത് എത്ര അഭിമാനകരമായിരിക്കുമെന്നോ!"

ഇതു കേട്ടപ്പോൾ പാമ്പ് ഒന്ന് ഇളകി. താൻ പുകഴ്ത്തപ്പെടുന്നു! ദൈവമായിരിക്കുന്നു! ഇവിടെ ഇവന്റെ വയറ്റിലിപ്പോൾ രുചികരമായി ഒന്നും കിട്ടുന്നില്ല. പുതിയ സ്ഥലത്തു വളരെ സുഖമായിരിക്കുകയും ചെയ്യും എന്ന വിചാരമായി പാമ്പിന്. അവൻ പതുക്കെ കൃഷിപ്പണിക്കാരന്റെ വായിലൂടെ പുറത്തേക്ക് എത്തിനോക്കി.

അതുകണ്ടു കഴുകന്മാർ രണ്ടും കൂട്ടമായി പ്രാർഥിച്ചു:

"ഞങ്ങളുടെയെല്ലാം പ്രിയപ്പെട്ട ദൈവമേ! ഞങ്ങളെ അനുഗ്രഹിക്കാനായി ഇറങ്ങിവന്നാലും; എത്രയും വേഗം വന്നാലും!"

പാമ്പ് കൃഷിപ്പണിക്കാരന്റെ വായിൽനിന്നും കുറേക്കൂടി പുറത്തേക്കിറങ്ങി വന്നപ്പോൾ ഒരു കഴുകൻ അതിന്റെ തലയിൽ കൊത്തിപ്പറന്നു. പിന്നാലെവന്ന കഴുകൻ അതിന്റെ വാലിലും കൊത്തിപ്പിടിച്ചു. അവർ അകലെ ഒരു പാറപ്പുറത്തു കൊണ്ടു

പോയി ആ പാമ്പിനെ കൊത്തിപ്പറിച്ചു രുചിയോടെ തിന്നുകയും ചെയ്തു.

പാമ്പ് പുതിയ താവളത്തിൽ എത്തിക്കഴിഞ്ഞു - ആ രണ്ടു കഴുകന്മാർക്കും വിശപ്പടക്കാൻ അവതരിച്ച ദൈവമായി മാറിക്കഴിഞ്ഞു! ഇനി അവനു ദയാലുവായ പാവം മനുഷ്യനോടെന്ന പോലെ നന്ദികേടു കാട്ടാൻ സാധ്യമല്ലല്ലോ.

കൃഷിപ്പണിക്കാരനും ആശ്വാസം തോന്നി. ദയ കാണിച്ചതു കൊണ്ട് അൽപ്പം വിഷമിച്ചുപോയി എന്നതു ശരിയാണ്. പക്ഷേ, ദൈവം അങ്ങനെയുള്ളവരെ പാടേ ഉപേക്ഷിക്കുകയില്ല. കഴുകന്മാരായി തന്നെ രക്ഷപ്പെടുത്താൻ വന്നതും ദൈവമായിരിക്കണം. എന്റെ ദൈവമേ! അയാൾ മനസിൽ വിളിച്ചു.

കാലുമാറ്റൽ ശസ്ത്രക്രിയ

തടാകത്തിനോടു ചേർന്നുള്ള മഹാനഗരം. അവിടെ ഒരു വലിയ മൃഗാസ്പത്രിയുണ്ട്. മൃഗാസ്പത്രിയിൽതന്നെ അനേകം വിഭാഗങ്ങൾ.

പക്ഷികൾക്ക് ഒരു വിഭാഗം. ഇഴജന്തുക്കൾക്കു മറ്റൊരു വിഭാഗം.

ഒരു ദിവസം തടാകക്കരയിലെ ഒരു കൊറ്റി അവിടുത്തെ പക്ഷ്യാസ്പത്രിയിലെ ഡോക്ടറെ ചെന്നു കണ്ടു. മീൻ പിടിക്കാൻ ഒറ്റക്കാലിൽ നിൽക്കെ ഒരു നീർക്കോലി കാലിൽ ചുറ്റിയതാണു പ്രശ്നം.

അധികം താമസിയാതെ തടാകക്കരയിൽനിന്ന് ഒരു താറാവും പക്ഷ്യാസ്പത്രിയിൽ എത്തി. രണ്ടു കാലിലും വല്ലാത്ത പുഴുക്കടി. അതായിരുന്നു താറാവിന്റെ പ്രശ്നം.

ഡോക്ടർ താറാവിനേയും കാര്യമായി പരിശോധിച്ചു. താറാവിനോടും കൊക്കിനോടും രണ്ടുനാൾ ആസ്പത്രിയിൽ കഴിയാൻ ഡോക്ടർ ആവശ്യപ്പെട്ടു.

അടുത്ത ദിവസം ഡോക്ടർ സന്ദർശനത്തിനെത്തി. കൊറ്റിയും താറാവും അടുത്തടുത്ത കട്ടിലുകളിലാണ്.

അവരോട് ആരോഗ്യസ്ഥിതിയും മറ്റു കുശലങ്ങളും അന്വേഷിക്കേ, പെട്ടെന്നെന്തോ പിടികിട്ടിയതുപോലെ, ഡോക്ടർ ആഹ്ലാദപൂർവം പറഞ്ഞു:

"നിങ്ങളെ രണ്ടുപേരെയും ഇങ്ങനെ കണ്ടപ്പോഴാണ് ഒരു

പുതിയ ആശയം എനിക്കു തോന്നിയത്. കാലിനു നീളം കൂടിയതുകൊണ്ടാണല്ലോ കൊറ്റിയുടെ കാലിൽ നീർക്കോലി ചുറ്റിയത്. നീളം കുറച്ചാൽ ഇനി അങ്ങനെ ഭയപ്പെടേണ്ട. ആ കാലുകൾ താറാവിനു നൽകി പകരം താറാവിന്റെ കാൽ പിടിപ്പിക്കുന്നതു നല്ലതാണ്. ഇവിടെ അതിനുള്ള സൗകര്യമെല്ലാം ഉണ്ട്. അതിലൂടെ നിങ്ങൾക്ക് ഒരേ ഉയരവും കിട്ടും. എന്താ നോക്കുന്നോ?"

കൊറ്റിയും താറാവും പരസ്പരം ആശങ്കയോടെ നോക്കി.

"ഭയപ്പെടാനൊന്നുമില്ലെന്നേ! വളരെ ആധുനികമായ സജ്ജീകരണങ്ങളും ഉപകരണങ്ങളും ഉള്ളതിനാൽ എളുപ്പത്തിൽ കാര്യം നടക്കും. സുരക്ഷിതം. വേദന ലവലേശം അറിയില്ല."

"എന്നാൽ, ശരി. മറ്റന്നാൾതന്നെ ഓപ്പറേഷൻ." ഡോക്ടർ സന്തോഷത്തോടെ ഉറപ്പിച്ച മട്ടിൽ പറഞ്ഞു: "എന്നെ വിശ്വസിക്കൂ. ഒന്നും ഭയപ്പെടാനില്ല. ഒരാഴ്ച ഇവിടെ വിശ്രമിക്കണമെന്നേയുള്ളൂ. എങ്കിലും നിങ്ങളുടെ ഇഷ്ടപ്പെട്ട ഭക്ഷണമെല്ലാം നൽകാൻ ഏർപ്പാടു ചെയ്യുന്നുണ്ട്. ഒട്ടും വിഷമിക്കേണ്ട."

ഡോക്ടർ പോയി. ഒരു ദിവസം കഴിഞ്ഞ് ഓപ്പറേഷനും നടന്നു. ഓപ്പറേഷൻ കാലുമാറ്റം! പ്രതീക്ഷിച്ചതുപോലെ അതൊരു വലിയ വിജയമായിരുന്നു.

ഒരാഴ്ച കഴിഞ്ഞു. കൊറ്റിയും താറാവും ആസ്പത്രി വിട്ടു. അവർ തടാകക്കരയിൽ എത്തി. പക്ഷെ... എന്തോ ഒരു കുഴപ്പം!

ഇര തേടാൻ പറ്റുന്നില്ല. കൊറ്റിയുടെ കാലു വെച്ച താറാവിനു നീന്താൻ പറ്റുന്നില്ല. നീന്തീനീന്തി പരന്ന കൊക്കിലൂടെ വെള്ളം കോരി അരിച്ചു വേണമല്ലോ ചെറുപ്രാണികളെ ആഹാരമാക്കാൻ.

താറാവിന്റെ കാലു വെച്ച കൊറ്റിക്കും ഇതേ പ്രശ്നംതന്നെ. വെള്ളത്തിൽ വലിയ ചലനമുണ്ടാക്കാതെ നിന്നും നടന്നും വേണം നീണ്ട കൊക്കുകൊണ്ട് ചെറുമീനുകളെ കൊത്തിയെടുക്കാൻ. ആലവട്ടംപോലുള്ള താറാവിന്റെ കാലുമായുണ്ടോ വെള്ളത്തിൽ നടക്കാൻ പറ്റുന്നു. ഉയരം കുറഞ്ഞതിനാൽ കൊക്കും വെള്ളത്തിൽ മുട്ടിനിൽക്കയാണ്.

"കാലുമാറ്റത്തിൽ അതിവിദഗ്ധനായ ഡോക്ടർ തലഭാഗത്തെപ്പറ്റി ഒട്ടും ചിന്തിക്കാതിരുന്നതിന്റെ കുഴപ്പമാണിത്. നമുക്കിപ്പോൾ ഇര തേടാൻ വയ്യാതായിരിക്കുന്നു. അന്നംമുട്ടിയിരിക്കുന്നു! ഇനി എന്തു ചെയ്യും?" കൊറ്റി ചോദിച്ചു.

"എന്തു ചെയ്യും?" താറാവും തിരികെ ചോദിച്ചു.

"വഴിയുണ്ട്."

അടുത്തുള്ള മരക്കൊമ്പിലിരുന്ന് അവരുടെ സംഭാഷണം ശ്രദ്ധിക്കുകയായിരുന്ന കാക്കയുടേതായിരുന്നു ആ ശബ്ദം. കാക്ക പറഞ്ഞു:

"ആ ഡോക്ടറല്ലേ നിങ്ങളെ പറ്റിച്ചത്. ഡോക്ടറോട് ഒന്നുകൂടി കാലുമാറ്റിത്തരാൻ പറയുക. അല്ലെങ്കിൽ ചികിത്സാ സമയത്ത് ഇഷ്ടപ്പെട്ട ആഹാരമൊക്കെ അവർ തന്നില്ലേ. ഇനി ജീവിതകാലം മുഴുവൻ അതുപോലെ ആഹാരം തരാൻ പറയുക. അങ്ങനെ സുഖമായി അവിടെ കഴിയുക. അതാണ് വഴി. ഇര തേടാൻ പറ്റാത്ത സ്ഥിതിക്ക് അതു മാത്രമേ വഴിയുള്ളൂ."

അതു ശരിയാണെന്ന് താറാവിനും കൊറ്റിക്കും മനസ്സിലായി. അവരപ്പോൾതന്നെ ആശുപത്രിയിലേക്കു തിരിച്ചു!

തവളകളുടെ സങ്കടം

പണ്ടുകാലത്ത് പാമ്പുകൾക്ക് വിഷമുണ്ടായിരുന്നില്ല. അന്നും പാമ്പുകളുടെ മുഖ്യ ആഹാരം തവളകൾ തന്നെ ആയിരുന്നു. എപ്പോഴും തവളതീറ്റ തന്നെ. പാമ്പുകളുടെ വംശം വർധിച്ചു; തവളകളുടെ വംശം കുറഞ്ഞും വന്നു.

"വംശം നിലനിർത്താൻ എന്താണൊരു മാർഗം?" തവളകൾ സംഘം ചേർന്ന് ആലോചിച്ചു.

"മഹാവിഷ്ണുവിനെ കണ്ടു സങ്കടം പറയുകയല്ലാതെ വേറെ പോംവഴികളൊന്നുമില്ല." തവളകളുടെ ഒരു സംഘം വൈകുണ്ഠത്തിലേക്ക് യാത്രയായി.

തവളകളുടെ സങ്കടം കേട്ടശേഷം മഹാവിഷ്ണു പറഞ്ഞു: "സാരമില്ല. വഴിയുണ്ടാക്കാം. പക്ഷെ, പാമ്പുകളെ നിശ്ശേഷം ഇല്ലാതാക്കാൻ വയ്യ. അവർക്ക് ഇന്നുമുതൽ ഞാൻ വിഷസഞ്ചി നൽകുന്നുണ്ട്. പാമ്പുകൾ മനുഷ്യരെ കടിക്കുമ്പോൾ ആ വിഷം മൂലം മനുഷ്യർ മരിച്ചുപോകും. അതിനാൽ പാമ്പിനെ എവിടെ കണ്ടാലും മനുഷ്യർ തല്ലിക്കൊല്ലുകയും ചെയ്യും. അപ്പോൾ പാമ്പുകളുടെ എണ്ണം പെരുകുകയില്ല; നിങ്ങളുടെ വംശം പൂർണമായി നശിക്കുകയുമില്ല. എല്ലാ സൃഷ്ടികളും എനിക്കു പ്രിയപ്പെട്ടതാണല്ലോ."

തവളപ്രമുഖന്മാർക്ക് തൃപ്തിയായി. 'പ്രശ്നങ്ങൾ പരിഹരിക്കാനുള്ള ഭഗവാന്റെ കഴിവ് അപാരം തന്നെ.' അവർ പരസ്പരം പറഞ്ഞു. പിന്നെ ഭഗവാനെ വണങ്ങി ഭൂമിയിലേക്കു പോന്നു.

കാലം വളരെ കഴിഞ്ഞു. പക്ഷെ, തവളകളുടെ വംശം പണ്ടത്തേതിനേക്കാൾ ക്ഷയിച്ചുപോയി. അവശേഷിച്ച കുറച്ചു തവളകൾ അവശതയോടെ വീണ്ടും മഹാവിഷ്ണുവിനെ ചെന്നു കണ്ടു സങ്കടമുണർത്തിച്ചു.

"പാമ്പുകളെ മനുഷ്യർ തല്ലിക്കൊല്ലുന്നില്ലേ?" ഭഗവാൻ ചോദിച്ചു.

"ഉവ്വ് പ്രഭോ! പക്ഷെ..." തവള രാജാവ് പറഞ്ഞു: "പണ്ട് പാമ്പുകൾ മാത്രമേ ഞങ്ങളെ തിന്നാറുണ്ടായിരുന്നുള്ളൂ. ഇപ്പോൾ

മനുഷ്യരും ഞങ്ങളെ കൊന്നു തിന്നുന്നു. പാമ്പുകളേക്കാൾ നിർദയരാണവർ. ആദ്യം ഞങ്ങടെ തുടകൾ മുറിച്ചെടുക്കും. പിന്നെ ഞങ്ങൾ പ്രാണവേദനയാൽ വളരെനേരം പിടയും. അങ്ങനെ പിടഞ്ഞു പിടഞ്ഞു മരിക്കും."

"മഴക്കാലത്തെ വരവേൽക്കാൻ ഇപ്പോൾ ഞങ്ങളാരും കുര വയിടാറില്ല." തവളറാണി കൂട്ടിച്ചേർത്തു. "അതു കേട്ടാൽ മനു ഷ്യർ രാത്രിനേരങ്ങളിൽ വിളക്കും ചാക്കുമായി ഞങ്ങളുടെ മാളം തേടി ഇറങ്ങിവരും. എന്തു ചെയ്യാം! മനുഷ്യരെത്താത്ത ഒരു സ്ഥലവും ഭൂമിയിൽ ഇല്ലതാനും!"

തവളകളുടെ പരാതികേട്ട മഹാവിഷ്ണു അഗാധമായ ചിന്ത യിലാണ്ടു. എന്തു വലിയ പ്രശ്നത്തിന്റെ മുമ്പിലും പുഞ്ചിരിക്കാ റുള്ള ആ മുഖം ഇപ്പോൾ വളരെ ഗൗരവം പൂണ്ടിരിക്കുന്നു.

പാമ്പിന്റെ വായിൽ വിഷസഞ്ചി നൽകി അതിനെ തല്ലിക്കൊ ല്ലുവാൻ ഏർപ്പാടു ചെയ്ത ദൈവം, മനുഷ്യനെ കൊല്ലുന്നതിന് മനുഷ്യനെത്തന്നെ ഏർപ്പാടു ചെയ്തു. മനുഷ്യമനസ്സിൽ വിദ്വേ ഷത്തിന്റെയും അഹന്തയുടെയും യുദ്ധവാസനയുടെയും വിഷം പെരുകിവന്നത് അങ്ങനെയാണ്. ഭൂമി മുഴുവൻ ചുട്ടുകരിക്കാൻ പോന്ന ആയുധങ്ങളും കീശയിലാക്കി അവൻ തക്കം പാർത്തു കഴിയുകയാണ്.

പുണ്യകുസുമങ്ങൾ

ഓണസദ്യ ഗംഭീരമായി. വീട്ടുകാരെല്ലാം മുൻവശത്തു കോലായിലുണ്ട്. ഓർമകളും കുശലങ്ങളും പങ്കുവെച്ചു ചിരിക്കുകയാണ്.

ഉണ്ണിമോനും മിനിമോൾക്കും അതൊന്നും വേണ്ടത്ര മനസ്സിലാകുന്നില്ല. ഇന്നലെ ഡൽഹിയിൽനിന്ന് അച്ഛനമ്മമാർക്കൊപ്പം പറന്നു വന്നതാണവർ; മുത്തച്ഛനോടും മുത്തശ്ശിയോടുമൊപ്പം നാട്ടിലെ ഓണമുണ്ണാൻ.

ഓണമുണ്ടുകഴിഞ്ഞു. നാളെത്തന്നെ തിരിച്ചു പോകണമെന്നാണ് അച്ഛൻ പറഞ്ഞത്.

"നിങ്ങളാണ് ഞങ്ങളുടെ മാവേലി! വർഷത്തിലൊരിക്കലെങ്കിലും ഞങ്ങളെ കാണാൻ വരുന്നുണ്ടല്ലോ." ഉണ്ണിമോനെയും മിനിമോളെയും ചേർത്തു നിർത്തി, മുത്തച്ഛൻ അർഥവത്തായ ഒരു നോട്ടം അച്ഛന്റെ നേർക്കയച്ചുകൊണ്ടു പറഞ്ഞു.

"ഇല്ല. കഴിഞ്ഞവർഷം നമ്മുടെ മാവേലി വന്നില്ല." മുത്തശ്ശി തിരുത്തി. "ഓർക്കുന്നില്ലേ? തലേന്നു രാത്രിയാണ് വിളിച്ചു പറഞ്ഞത്; എന്തോ അത്യാവശ്യ ജോലിയുണ്ട്. വരാൻ പറ്റില്ലാന്ന്."

"ഞാനതങ്ങു മറന്നു!" മുത്തച്ഛൻ അക്കാര്യം ശരിവച്ചു നിൽക്കെ, ഉണ്ണിമോന്റെയും മിനിമോളുടെയും ശ്രദ്ധ അകലെനിന്നെത്തുന്ന ആർപ്പു വിളിയിലുമായി.

"അതെന്താ മുത്തച്ഛാ? ഒരു ബഹളം?"

"മാവേലി വരികയാണ് മക്കളേ. നിങ്ങൾ കേട്ടിട്ടില്ലേ മാവേ

ലിയുടെ കഥ?"

"കുറച്ചു കേട്ടിട്ടുണ്ട്. എങ്കിലും മുത്തച്ഛൻ പറയൂ. ചുരുക്കത്തിൽ മതി" എന്ന് ഉണ്ണിമോൻ ആവശ്യപ്പെട്ടു. അപ്രകാരം മുത്തച്ഛൻ പറഞ്ഞു:

"പണ്ടു പണ്ടു, കേരളം ഭരിച്ചിരുന്നതു മഹാബലി എന്നു പേരുള്ള അസുര ചക്രവർത്തിയായിരുന്നു. അസുരനാണെങ്കിലും നല്ലവനായിരുന്നു കേട്ടോ. ജനങ്ങൾ അതിനേക്കാൾ നല്ലവർ. കളവില്ല, ചതിയില്ല, കൊള്ളയില്ല, കൊലയില്ല, എന്തിന്? ഒരു നുണ

പറയൽപോലുമില്ല! ദാരിദ്ര്യമില്ല, പരാതിയുമില്ല."

"അയ്യോ! ഇങ്ങനെ പറഞ്ഞാൽ മുത്തച്ഛാ, ഇല്ലായ്മയുടെ രാജ്യമാവില്ലേ പഴയ മഹാബലിയുടെ കേരളം?"

"നല്ല ചോദ്യം ഉണ്ണിമോനേ. പക്ഷെ, ഒന്നുണ്ട് – നന്മ! അത് ഇല്ലാതെ പോയാലാണ് കുഴപ്പം. നന്മ ഉണ്ടായാൽ ശാന്തിയും സമൃദ്ധിയും സ്നേഹവും സത്യവും ഒക്കെ 'ഉണ്ട്' 'ഉണ്ട്' എന്നു പറയാനിടവരും. അതാണ് നമുക്കിപ്പോൾ ഇല്ലാതെ പോയതും." മുത്തച്ഛൻ നെടുവീർപ്പിട്ടു.

"കഥ പറയൂ മുത്തച്ഛാ" എന്ന് മിനിമോൾ ആവശ്യപ്പെട്ട തോടെ മുത്തച്ഛൻ കഥ തുടർന്നു:

ഇങ്ങനെ നാടു ഭരിച്ചാൽ തന്റെ സ്ഥാനം പോകുമെന്നു സ്വർഗാധിപതിയായ ദേവേന്ദ്രനു തോന്നി. ദേവേന്ദ്രൻ മഹാവി ഷ്ണുവിനെ ചെന്നു കണ്ടു സഹായം അഭ്യർഥിച്ചു.

വിഷ്ണു ഉടനെ ഒരു ബ്രാഹ്മണ ബാലന്റെ വേഷമെടുത്തു മഹാബലിയുടെ അടുക്കലെത്തി തപസ്സുചെയ്യാൻ മൂന്നടി സ്ഥലം ചോദിച്ചു. മഹാബലി ദാനശീലനാണ്. വിലപിടിപ്പുള്ളതൊന്നും ഈ കുട്ടി ചോദിക്കാത്തതെന്ത് എന്നായിരുന്നു അദ്ദേഹം അത്ഭു തപ്പെട്ടത്. പക്ഷെ, അനുവദിച്ചപ്പോഴോ? സംഗതി വെളിച്ചത്തായി.

ബ്രാഹ്മണബാലൻ വിശ്വവ്യാപകമായ തന്റെ വിഷ്ണുരൂപം കാണിച്ചു. രണ്ടു കാലടികൾ കൊണ്ടു ഭൂമിയും സ്വർഗവുമെല്ലാം അളന്നു. മൂന്നാമത്തെ അടി അളക്കാൻ സ്ഥലമില്ലെന്നായപ്പോൾ മഹാബലി തലകുനിച്ചു പറഞ്ഞു: "ആ പാദം ഈ ശിരസ്സിൽ വെച്ചു തൃപ്തനായാലും" എന്ന്.

താൻ ചതിക്കപ്പെട്ടു. തന്റെ നാശം അടുത്തുവെന്നു മനസ്സി ലായപ്പോഴും മഹാബലി വിനയത്തോടെ വാക്കു പാലിച്ചതു കണ്ടില്ലേ?

അന്നു പാതാളത്തിലേക്കു ചവിട്ടിത്താഴ്ത്തുമ്പോൾ, വാമന നോടു മഹാബലി ഒരപേക്ഷയേ വെച്ചുള്ളൂ. തന്റെ നല്ലവരായ പ്രജകളെ എല്ലാവർഷവും ഈ ദിവസത്തിൽ, അന്നു തിരുവോ

ണമായിരുന്നു, വന്നു കാണാൻ അനുഗ്രഹിക്കണമെന്ന്. അങ്ങനെയാകട്ടെ എന്നു വിഷ്ണു അനുഗ്രഹിക്കുകയും ചെയ്തു. അതിൽ പിന്നെ ഇന്നോളവും ചിങ്ങമാസത്തിലെ തിരുവോണനാളിൽ മഹാബലി തന്റെ കേരളത്തിലെ നല്ലവരായ പ്രജകളെ കാണാനും അവർക്കൊപ്പം സദ്യയുണ്ണാനും കുശലങ്ങൾ ചോദിക്കാനുമൊക്കെ വരുന്നുവെന്നാണു സങ്കൽപ്പം.”

“പ്രായമായ ഞങ്ങളെപ്പോലുള്ളവർക്കു മക്കളും പേരക്കുട്ടികളും മാവേലിയെപ്പോലെയായി. വർഷത്തിലൊരിക്കലൊരു സദ്യയൂണിനുള്ള വരവായി എന്നാണ് മുത്തച്ഛൻ നേരത്തെ സങ്കടപ്പെട്ടത്. മനസ്സിലായോ?” മുത്തശ്ശി ചോദിച്ചു.

തെരുവിൽനിന്നുള്ള ആർപ്പും വിളിയും അപ്പോഴേക്കും വീട്ടുമുറ്റത്ത് എത്തിക്കഴിഞ്ഞിരുന്നു. മെതിയടിയിട്ട്, തറ്റുമുണ്ടുടുത്ത്, മാറിലൊരു മുത്തുമാലയും ശിരസ്സിൽ കിരീടവുമണിഞ്ഞ്, ഓലക്കുട ചൂടിയ ഒരാൾ. കൂടെ ഒരു സംഘം കുട്ടികളും.

വന്നല്ലോ! വന്നല്ലോ!
മലനാട്ടിൽ മാവേലി.
ഇന്നല്ലോ ഇന്നല്ലോ
തിരുവോണം!
ഇന്നല്ലോ ഇന്നല്ലോ
തിരുവോണം!

മുറ്റത്തെ പൂക്കളത്തിനെ ചുറ്റി, മാവേലിയും കുട്ടികളും ആഹ്ലാദപ്രകടനം നടത്തി. പിന്നെ ഇറയത്തെ ചവിട്ടുപടിക്കലെത്തി നിന്നപ്പോൾ അച്ഛൻ മാവേലിയുടെ കൈയിൽ രൂപ നോട്ടുകൾ വെച്ചുകൊടുത്തു. അതും വാങ്ങി ആ സംഘം തിരിച്ചു തെരുവിലേക്കിറങ്ങി. അങ്ങനെ വീടുകളും കടകളും കേറിയിറങ്ങിയുള്ള തിരുവോണാഘോഷം!

“കഥയിൽ മുത്തച്ഛൻ പറഞ്ഞുതന്ന മഹാബലി ചക്രവർത്തി എത്ര നല്ല മനുഷ്യനായിരുന്നു. ക്ഷേമരാഷ്ട്രത്തിന്റെ നായകൻ! നന്മകളുടെയെല്ലാം ഉറവിടം! ആ മഹാപുരുഷനെ ഇന്നു വേഷം

കെട്ടിച്ചു യാചനയ്ക്കു വിടുന്നതാരാണ്?" ഉണ്ണി ചോദിച്ചു.

"എന്തു ചെയ്യാം മക്കളേ? നമുക്കിപ്പോൾ മഹാബലിയുടേതുപോലുള്ള ഒരു രാജാവോ ഭരണവ്യവസ്ഥയോ ഇല്ലാതെ പോയില്ലേ? അങ്ങനെ ഒരു സ്വപ്നം കാണാനേ പറ്റൂ. യാഥാർത്ഥ്യം മറ്റൊന്നാണ്. അതിനാൽ എന്തു പറഞ്ഞും എന്തു ചെയ്തും എന്തു വേഷം കെട്ടിയും ജീവിക്കാൻ നാലുകാശ് ഉണ്ടാക്കാനുള്ള ബദ്ധപ്പാടാണ് ഏവർക്കും. എങ്കിലും നാം ആ മാവേലിയെ സ്വപ്നം കാണുന്നു. പഴയകഥ സത്യമാണെങ്കിൽ തീർച്ചയായും മാവേലി അദൃശ്യനായി ഇന്നു നമ്മെ വന്നു കണ്ടിട്ടുണ്ടാകും."

"മാവേലി വരുന്നതു തന്റെ കാലത്തു ജീവിച്ച നല്ലവരായ പ്രജകളെ കാണാനാണെന്നു പറഞ്ഞാൽ എങ്ങനെ ശരിയാകും? അവരൊക്കെ അന്നേ മരിച്ചു കാണില്ലേ? അതോ അവരൊക്കെ ഇവിടെ ചിരഞ്ജീവികളായി അദൃശ്യരായി കഴിയുന്നുണ്ടോ?"

"മിനിമോളുടെ സംശയം കൊള്ളാം. അന്നത്തെ സത്പ്രജകളുടെ പിൻതലമുറയെ കാണുന്നതും പഴയ തലമുറയെ കാണുന്നതിനു തുല്യമാണ്. എന്റെ ഗുണങ്ങൾ എന്റെ മകനിലൂടെ ഉണ്ണിമോനിലും മിനിമോളിലും എത്തിയതായി ഞാൻ കാണുന്നു. നിങ്ങളിലൂടെ ഞാൻ ജീവിക്കുന്നു. എന്റെ അച്ഛനും മുതുമുത്തച്ഛന്മാരും ജീവിക്കുന്നു. അങ്ങനെ പുറകോട്ടു പോയാൽ എത്തുന്നതു മാവേലിയുടെ കാലത്തു ജീവിച്ച മുത്തച്ഛന്മാരിലാവുമല്ലോ."

"അതു ശരിതന്നെ." ഉണ്ണി പറഞ്ഞു. "പക്ഷെ, ഇന്നു സത്ഗുണങ്ങൾ വളരെ കുറഞ്ഞുപോയി എന്നതാണ് കഷ്ടം."

"സാരമില്ല. ഇപ്പോഴും മാവേലി സന്തോഷിക്കാറുണ്ട്." മുത്തച്ഛൻ പറഞ്ഞു.

"അതെങ്ങനെ?" മിനിമോളുടെ ചോദ്യം.

"മാവേലിക്കു പൂവുകളെ വളരെ ഇഷ്ടമാണെന്നറിയില്ലേ? അദ്ദേഹത്തിന്റെ ഭരണകാലത്തെ സത്പ്രജകൾ ഓണക്കാലത്ത് ഇവിടെ പൂക്കളായി വിരിയുകയാണ്. പുനർജന്മമെടുക്കുകയാണ്; തിരുവോണത്തിന് എളുന്നള്ളുന്ന അവരുടെ പ്രിയപ്പെട്ട ചക്ര

വർത്തിയെ കാണാൻ! പലതരം പൂവുകൾ കൊണ്ടു ഭംഗിയുള്ള പൂക്കളമുണ്ടാക്കുന്നത് നാം മാവേലിയെ സന്തോഷിപ്പിക്കാനാകണം. ഇത് ഈ മുത്തച്ഛന്റെ തോന്നലാണ് കേട്ടോ!"

"മാവേലിയുടെ കാലത്തെ സത്പ്രജകൾ മാത്രമാണോ മുത്തച്ഛാ ഇപ്പോൾ പൂക്കളായി വിടരുന്നത്?"

"അല്ല. എല്ലാ കാലങ്ങളിലും ജീവിച്ച എല്ലാ സജ്ജനങ്ങളും പിന്നീടു സുഗന്ധ പുഷ്പങ്ങളായി വരുന്നു. മറ്റു മനുഷ്യർക്കു മണവും മധുവും സൗന്ദര്യവും സമ്മാനിക്കാൻ. നല്ലവരായി ജീവിച്ചാൽ നമ്മളും ഈ പ്രപഞ്ചനന്മയുടെ, സൗന്ദര്യത്തിന്റെ ഭാഗമായി പുനർജനിച്ചുകൊണ്ടിരിക്കും. ചിരഞ്ജീവികളായി, മരിച്ചാലും മരിക്കാത്ത ഗുണത്തിന്റെ ഉടമകളായി മാറിക്കൊണ്ടിരിക്കും. എനിക്ക് അങ്ങനെയാകാനാണ് കൊതി."

"ഞങ്ങൾക്കും അതുതന്നെയാണ് ആഗ്രഹം മുത്തച്ഛാ. അതിനു ഞങ്ങളെന്താണ് വേണ്ടത്?" ഉണ്ണിമോനും മിനിമോളും ചോദിച്ചു.

"മറ്റൊന്നും വേണ്ട. മഹാന്മാരുടെ ജീവിതമാതൃകകൾ കഴിയുന്നത്ര മനസ്സിലാക്കുക. സ്വന്തം മനസ്സാക്ഷി പണയപ്പെടുത്താതെ സദ്ഗുണസമ്പന്നരായി ഈ ജീവിതം ജീവിച്ചുതീർക്കുക. അത്രമാത്രം. നിങ്ങൾ ചിരഞ്ജീവികളാകും. നാളെത്തെയും എക്കാലത്തെയും സുഗന്ധസൂനങ്ങൾ."

"ഇതു മുത്തച്ഛന്റെ അനുഗ്രഹമായി ഞങ്ങൾ എടുക്കുന്നു മുത്തച്ഛാ. ഈ ലോകത്തിൽ എവിടെയായിരുന്നാലും ഞങ്ങൾ സന്മാർഗത്തിലൂടെയേ സഞ്ചരിക്കൂ."

"ഹായ്! ഹായ്! മുത്തച്ഛൻ പേരക്കുട്ടികളുടെ കൂടെ കഥയും കാര്യവും പൊടിപൊടിക്കയാണല്ലോ. എന്നാൽ എന്റെ വക ഒരു പാട്ടുകൂടി ഇരിക്കട്ടെ." മുത്തശ്ശി പാടാൻ തുടങ്ങി:

മാവേലി നാടുവാണീടും കാലം
വീണ്ടും വരുമെന്നു തോന്നുന്നല്ലോ.
ഇമ്മട്ടിലെന്മക്കൾ ജീവിച്ചാലീ

ഭൂലോകം സ്വർലോകമാകുമല്ലോ!

മുത്തശ്ശിയുടെ പാട്ടുകേട്ടു സകലരും കുലുങ്ങിച്ചിരിച്ചു. ഒന്നു കൂടി പാടൂ എന്നു കുട്ടികൾ ആവശ്യപ്പെട്ടപ്പോൾ മുത്തശ്ശി വീണ്ടും പാടി. സകലരും താളം പിടിച്ചും ചിരിച്ചും അതേറ്റുപാടി.

മൺപ്രതിമയും മരപ്രതിമയും

ഗ്രാമത്തിലെ നദിക്കരയിലാണ് കുശവന്റെ താമസം. നദിയെ അയാൾ ഒരു ദേവതയെപ്പോലെ സ്നേഹിച്ചു. എന്നും ആരാധിച്ചു.

വീട്ടാവശ്യങ്ങൾക്കുള്ള പാത്രങ്ങളും മറ്റും ഉണ്ടാക്കി വിൽപന നടത്തുന്ന കുശവൻ ലളിതജീവിതമാണ് നയിച്ചിരുന്നത്. ഒരിക്കൽ അയാൾ കളിമണ്ണിൽ നദീദേവതയുടെ പ്രതിമയുണ്ടാക്കി ഒരിടത്തു പ്രതിഷ്ഠിച്ചു. നദീദേവതതന്നെയാണ് അറിവിന്റെയും ദേവത.

കുറച്ചുകാലം കഴിഞ്ഞപ്പോൾ ഒരു ആശാരി ആ വഴി വന്നു. നദിക്കരയിലെ പ്രതിമ അയാൾ ശ്രദ്ധിച്ചു. തന്റെ കരകൗശലവിദ്യയും മറ്റുള്ളവർ കാണേണ്ടതല്ലേ? അയാൾ ആലോചിച്ചു.

താമസിച്ചില്ല. കൈയിലുള്ള സഞ്ചിയിൽനിന്ന് പണിസാധനങ്ങൾ പുറത്തെടുത്തു ആശാരി അല്പം മുന്നോട്ടു നീങ്ങി. ഒരു വൃക്ഷത്തിന്റെ ചുവട്ടിൽ വലിയൊരു ശാഖ മുറിച്ചെടുത്തു ചെത്തിമിനുക്കി അയാൾ മറ്റൊരു പ്രതിമയുണ്ടാക്കി.

ആശാരിക്കു ഇഷ്ടം ധനദേവതയോടായിരുന്നു. എങ്ങനെയും പണം ഉണ്ടാക്കണം. പണമുള്ളവനെ മാത്രമേ ലോകം ആദരിക്കൂ എന്നാണയാളുടെ വിചാരം. അതിനാൽ കളിമണ്ണുകൊണ്ടുള്ള വിദ്യാദേവതയുടെതിനേക്കാൾ വലുപ്പമേറിയതാവണം ധനദേവതയുടെ പ്രതിമയെന്നു അയാൾ നിശ്ചയിച്ചിരുന്നു. അതിലൂടെ തന്റെ വലുപ്പവുംകൂടി ജനം അറിഞ്ഞുകൊള്ളട്ടെ.

കൊത്തുവേലകളാൽ നന്നേ ഭംഗിവരുത്തിയതായിരുന്നു ആ പ്രതിമ. അതും നദിക്കരയിൽ പ്രതിഷ്ഠിച്ചു ആശാരി അയാളുടെ വഴിക്കുപോയി. "എടോ, കളിമൺ പ്രതിമേ! നിന്റെ കാര്യം ഓർത്ത് എനിക്കു വലിയ വിഷമം തോന്നുന്നു".

കളിമൺ പ്രതിമ ശ്രദ്ധിച്ചു. ആശാരി ഇപ്പോൾ ഉണ്ടാക്കിവച്ച മരപ്രതിമയാണല്ലോ സംസാരിക്കുന്നത്. അത്ഭുതത്തോടെ കളിമൺ പ്രതിമ തിരികെ ചോദിച്ചു: "എന്താ കാര്യം?"

"താമസിയാതെ മഴക്കാലം വരികയല്ലേ? കാറ്റിലും മഴയിലും

നീ കുതിർന്നു മണ്ണായി മാറുമല്ലോ എന്നോർത്തിട്ടാണ് എന്റെ ദുഃഖം".

"അതിനെന്താ ചങ്ങാതീ? ഞാൻ അല്പവും ദുഃഖിക്കുന്നില്ല. മണ്ണിൽനിന്നുണ്ടായ ഞാൻ വീണ്ടും മണ്ണായി മാറുന്നു. അത്രയല്ലേയുള്ളൂ. പിന്നെയുമൊരിക്കൽ കുശവന്റെ കൈകളിലൂടെ മറ്റൊരു പ്രതിമയായി എനിക്കു ജന്മം ലഭിക്കാവുന്നതാണല്ലോ. പക്ഷെ, നിനക്കോ?" കളിമൺപ്രതിമ ചോദിച്ചു.

"എനിക്കെന്തു സംഭവിക്കാനാണ്? ഞാൻ എന്നും ഇതുപോലെ ഇരിക്കും തീർച്ച".

ധനദേവതയുടെ പ്രതിമ ചിരിച്ചുകൊണ്ട് മറുപടി നൽകി.

"അത്രയ്ക്കങ്ങ് ഉറപ്പിച്ചു പറയാമോ?" വിദ്യാദേവത ചോദിച്ചു. "മഴക്കാലത്തു നദിയിലെ വെള്ളപ്പൊക്കത്തിൽ നീ ഒഴുകിപ്പോകാൻ ഇടയുണ്ട്. പിന്നെ എവിടെയെന്നറിയാതെ കരകാണാക്കടലിൽ അലയാനാകും വിധി! അല്ലെങ്കിൽ നീ ആരെന്നും എന്തെന്നും അറിയാത്തവരുടെ കൈയിൽ അകപ്പെട്ടേക്കാം. അവർ നിന്നെ വെട്ടിപ്പൊളിച്ചു അടുപ്പിൽ വിറകായി കത്തിച്ചെന്നും വരാം!"

"അയ്യോ!!" ധനദേവതയുടെ പ്രതിമ ഒന്നു നിലവിളിച്ചുപോയി.

"മാത്രമല്ല, മരത്തിൽനിന്നുണ്ടായ നിനക്കു തിരികെ മരമാകാൻ കഴിയില്ല. സുന്ദരപ്രതിമയെന്നു അഹങ്കരിച്ചുകഴിഞ്ഞ നിനക്കു വീണ്ടും ആ രൂപത്തിലേക്ക് തിരിച്ചുവരാനും സാധ്യമല്ലല്ലോ. അതിനാൽ, നീ സ്രഷ്ടാവിനെ ഓർത്തു നന്ദിയോടും വിനയത്തോടുംകൂടി ഇരിക്കൂ. എന്നെപ്പോലുള്ളവരെ അവഹേളിക്കാതെയും ഇരിക്കൂ".

വിദ്യാദേവതയുടെ ആ വാക്കുകൾ കേട്ട് ധനദേവതയുടെ പ്രതിമ മൗനദുഃഖത്തിലാണ്ടു.

പുഴ കടക്കേണ്ടതെങ്ങനെ?

ഒരു കുന്നിൽചെരിവിൽ ഒരു തള്ളക്കഴുതയും കുഞ്ഞിക്കഴുതയും പാർത്തിരുന്നു. അമ്മയുടെ നിഴൽപറ്റി നടക്കുന്ന സ്വഭാവമായിരുന്നു കുഞ്ഞിക്കഴുതയുടേത്.

ഒരു ദിവസം അമ്മക്കഴുത ചോദിച്ചു.

"നീ എപ്പോഴും എന്നെ ഉരുമ്മി നടന്നാൽ മതിയോ? സ്വന്തമായി വല്ലതും ചെയ്യണ്ടേ? എന്നെ അൽപാൽപ്പം സഹായിക്കേണ്ടേ?"

"ഞാനെന്തു ചെയ്യണം? അമ്മ പറഞ്ഞില്ലല്ലോ, ഒന്നും?"

"അപ്പോൾ ഞാൻ പറയാത്തതാണു കുറ്റം; അല്ലേ? എങ്കിൽ പറഞ്ഞേക്കാം. ഇതാ ഈ ഗോതമ്പുചാക്ക് നഗരത്തിലെ മില്ലിൽ എത്തിക്കണം. എടുത്തു നടന്നോളൂ".

ഗോതമ്പുചാക്ക് കുഞ്ഞിക്കഴുതയുടെ മുതുകത്തായി. ഭാരം അധികമില്ല".

"അമ്മയും കൂടെ വരില്ലേ?" അവൾ ചോദിച്ചു.

"കൊള്ളാം!" അമ്മക്കഴുത ചിരിച്ചു. "എങ്കിൽപ്പിന്നെ ഞാൻ തന്നെ ചാക്ക് എടുക്കുമായിരുന്നില്ലേ! വയ്യായ്കയൊന്നും കൊണ്ടല്ല. ഇവിടെ കുറച്ചു ജോലിയുണ്ടെനിക്ക്. വേഗം പോയി വരൂ. നീ വന്നിട്ടേ ഞാൻ ഭക്ഷണം കഴിക്കൂ".

"നഗരത്തിലേക്കുള്ള വഴി നിശ്ചയമില്ലല്ലോ അമ്മേ?"

"ഈ വഴിയിലൂടെ നേരെ പോയാൽ മതി. ഇടയ്ക്ക് ഒരു പുഴയുണ്ട്. അതുകടന്ന് അൽപം നടന്നാൽ നഗരമായി. ആദ്യം

കാണുന്നതാണ് മില്ല്".

കുഞ്ഞിക്കഴുത യാത്രയായി. കുറേ നടന്നപ്പോൾ പുഴക്കരയിലെത്തി. പുഴയിൽ ഒഴുക്കുണ്ട്. ഇതെങ്ങനെ കടക്കും? കുഞ്ഞിക്കഴുതയ്ക്കു ഭയം. അമ്മകൂടെ ഉണ്ടായിരുന്നെങ്കിൽ...

ഒറ്റയ്ക്ക് പുഴയിൽ ഇറങ്ങാനോ? അപകടം വല്ലതും സംഭവിക്കുമോ? ആരോടാണ് ചോദിക്കുക? അവൾ കരയിൽ ഇരുവശത്തേക്കും നോക്കി.

അൽപം അകലെ ഒരു കാള മേയുന്നുണ്ടല്ലോ. അവൾ അങ്ങോട്ടു ചെന്നു.

"കാളയമ്മാവാ, ഒന്നു ചോദിച്ചോട്ടേ? എനിക്കു നഗരത്തിലൊന്നു പോകണം. ഈ പുഴ കടക്കാൻ പറ്റ്വോ? വല്ല അപകടവും...?"

"ഹേയ്, പേടിക്കാനൊന്നുമില്ല. പുഴയ്ക്ക് ആഴം കുറവാണ്. എന്റെ കാൽമുട്ടോളം പോലും വെള്ളമില്ല".

കാളയമ്മാവന്റെ മറുപടി കേട്ടു കുഞ്ഞിക്കഴുത സന്തോഷത്തോടെ പുഴയിലിറങ്ങാൻ ഭാവിച്ചു.

"ഹേയ് നിൽക്ക്.. നിൽക്ക്...!"

ശബ്ദം കേട്ട് ആരാണെന്ന അത്ഭുതത്തോടെ കുഞ്ഞിക്കഴുത നോക്കി. പുഴയിലേക്കു ചാഞ്ഞ മരക്കൊമ്പിൽ വാലിളക്കിക്കൊണ്ട് അതാ ഒരു അണ്ണാറക്കണ്ണൻ.

"ആ വയസ്സൻകാള പറഞ്ഞതുകേട്ട് അബദ്ധത്തിൽ ചാടണ്ട, കേട്ടോ! പുഴയ്ക്ക് നല്ല ആഴമുണ്ട്".

"വല്ലാതെ ആഴമുണ്ടോ? അതു നിനക്കെങ്ങനെ അറിയാം?" കുഞ്ഞിക്കഴുത ചോദിച്ചു.

"രണ്ടുദിവസം മുമ്പാണ്, എന്റെ സുഹൃത്ത് ഈ പുഴയിൽ വീണ് ഒഴുകിപ്പോയത്. പാവം!"

ആരു പറഞ്ഞതാണ് വിശ്വസിക്കുക? കുഞ്ഞിക്കഴുത വിഷമത്തിലായി. സംശയം തീർക്കാൻ അമ്മതന്നെ ശരണമെന്നു കരുതി അവൾ തിരികെ വീട്ടിലേക്കു നടന്നു.

"നീ ഇത്രവേഗം തിരിച്ചുവന്നോ?" അമ്മക്കഴുത ചോദിച്ചു.

"അമ്മേ, എനിക്കു പുഴ കടക്കാൻ പേടിയായി. നല്ല ആഴമുണ്ട്!"

"അതെങ്ങനെ? രണ്ടുദിവസംമുമ്പ് ഞാൻ വിറകും കൊണ്ട് പോയതല്ലേ? എന്റെ കാൽമുട്ടിലെത്തുന്നത്ര വെള്ളമേ ഉണ്ടായിരുന്നുള്ളൂ. അതിപ്പോൾ കൂടാൻ മഴയൊന്നും പെയ്തില്ലല്ലോ".

"ഇല്ല. പുഴക്കരയിലെ കാളയമ്മാവൻ പറഞ്ഞതാണ്, അമ്മാവന്റെ കാൽമുട്ടോളമേ വെള്ളമുള്ളൂ എന്ന്".

"പിന്നെയെന്തേ, നീ പേടിച്ചു മടങ്ങിയത്?"

"ഞാൻ പുഴയിലിറങ്ങിയതാണ്. അപ്പോൾ അണ്ണാറക്കണ്ണൻ

പറഞ്ഞു, പുഴയ്ക്കു നല്ല ആഴമുണ്ടെന്ന്. അയാളുടെ സുഹൃത്ത് മിനിഞ്ഞാന്ന് പുഴയിൽ വീണു മരിച്ചുപോയത്രെ!"

"കഷ്ടം! നിനക്ക് അൽപം ആലോചിച്ചുനോക്കാമായിരുന്നില്ലേ, ഏതാണ് ശരിയെന്ന്?"

"ആലോചിച്ചു. പക്ഷെ, ശരിയേതാണെന്ന് എനിക്ക് തീരുമാനിക്കാൻ കഴിഞ്ഞില്ല. അതുകൊണ്ടാണ് അമ്മയോട് ചോദിക്കാൻ വന്നത്".

"കൊള്ളാം. ആദ്യമൊക്കെ ഇങ്ങനെ ചെയ്യുന്നത് നല്ലതാണ്". അമ്മ ചിരിച്ചുകൊണ്ട് തുടർന്നു. "ഇനി ശ്രദ്ധിച്ചോളൂ. നാം നമ്മുടെ ചിന്താശക്തി ഉപയോഗിക്കണം. കാളയമ്മാവന്റെ വലിപ്പവും അണ്ണാറക്കണ്ണന്റെ ചെറുപ്പവും നോക്കുമ്പോൾ നീ എത്രത്തോളം വരുമെന്നാണ് ആലോചിക്കേണ്ടത്. ആലോചിച്ചോ?"

"ആലോചിച്ചു. ഞാൻ അണ്ണാറക്കണ്ണനേക്കാൾ വലുതാണ്. കാളയമ്മാവനേക്കാൾ അൽപം ചെറുതുമാണ്".

"അതെ. അണ്ണാനു മുങ്ങിച്ചാകാനുള്ള വെള്ളമുണ്ടെന്നു പറഞ്ഞത് ശരിയാണ്. പക്ഷെ, കാളയമ്മാവന്റെ കാൽമുട്ടോളം വരില്ലെന്ന് പറഞ്ഞില്ലേ? അപ്പോൾ പുഴയിൽ എത്രത്തോളം വെള്ളമുണ്ടാകുമെന്നു നിനക്ക് ആലോചിച്ചുകൂടെ?"

"കാൽമുട്ടിലും അൽപം മീതെ; ചിലപ്പോൾ അതു വയറിനടുത്തുവരെ ആയേക്കാം".

"അത്ര വരില്ല. ഇപ്പോഴോ? നീ മുങ്ങിപ്പോകില്ലെന്നും ഒഴുകിപ്പോകില്ലെന്നും ഉറപ്പായില്ലേ നിനക്ക്?" അമ്മക്കഴുത ചോദിച്ചു.

"ഉറപ്പായി. ഉറപ്പായി... എനിക്കിനി ഭയമില്ല. പുഴ കടന്നു നഗരത്തിലെ മില്ലിൽ പോയി ഞാൻ ഉടനെ എത്തിയേക്കാമമ്മേ".

കുഞ്ഞിക്കഴുത ആഹ്ലാദത്തോടെ നഗരത്തിലേക്കുള്ള പാതയിലൂടെ വേഗത്തിൽ നടന്നു.

മകളുടെ ഭയം

ഒരു കുതിരയും മകളും കാട്ടിലൂടെ പോവുകയായിരുന്നു. അപ്പോൾ അവർ ചെളിനിറഞ്ഞ ഒരു ചതുപ്പു പ്രദേശത്തെത്തി. മകളോട് അമ്മക്കുതിര പറഞ്ഞു.

"മോളേ! വളരെ ശ്രദ്ധിച്ചു നടക്കണം. ഓരോ ചുവടും അപകടമില്ലെന്ന് ഉറപ്പാക്കിയിട്ടേ മുന്നോട്ടേക്കു വയ്ക്കാവൂ..."

ചതുപ്പുനിലം കടന്നു പിന്നെയും നടക്കവേ അവർ ഒരു കാട്ടരുവിയുടെ കരയിലെത്തി.

കുത്തിയൊഴുകുന്ന വെള്ളം കണ്ടു കുഞ്ഞിക്കുതിര ഭയത്തോടെ, ശങ്കയോടെ കരയിൽനിന്നു.

"ഭയപ്പെടേണ്ട; അക്കരയ്ക്കു വേഗം നടന്നോളൂ. ഓടിയാലും കുഴപ്പമില്ല". അമ്മക്കുതിര പറഞ്ഞു. എന്നിട്ടും കുഞ്ഞിക്കുതിരയ്ക്കു ഭയം മാറിയില്ല. അവൾ ചോദിച്ചു.

"നേരത്തേ ശാന്തമായ ആ തടാകം കടക്കുമ്പോൾ, അമ്മ, വളരെ ശ്രദ്ധിച്ചു നടക്കാൻ പറഞ്ഞു. ഇപ്പോൾ, ബഹളം വച്ചു ശക്തിയായി ഒഴുകുന്ന ഈ അരുവിയിൽ ഭയപ്പെടാതെ വേഗത്തിൽ പോയ്ക്കോളാനും പറയുന്നു! ഇതാണല്ലോ എനിക്ക് അപകടകരമായി തോന്നുന്നത്".

"മോളേ, നാം നേരത്തെ കണ്ട പ്രദേശം ശാന്തമാണെന്നു തോന്നിച്ചുവെങ്കിലും അതിന്റെ നിറം ശ്രദ്ധിച്ചുവോ? തനി കറുപ്പാണ്. വഴുപ്പാർന്നതാണ്. എവിടെയാണ് ആഴക്കൂടുതൽ, അല്ലെങ്കിൽ ചതിക്കുഴികൾ എന്നു പറയാൻ വയ്യ".

"ശരി, പക്ഷെ, ഇതിന്റെ ഒഴുക്കുകണ്ടില്ലേ? ഇത് എന്നെ ഭയപ്പെടുത്തുന്നു".

"ഇവിടെ നീ അത്രയ്ക്കു ഭയപ്പെടേണ്ട കാര്യമില്ല. നോക്കൂ, ഒഴുക്കിന്റെ ചിരിയും ബഹളവുമുണ്ടെങ്കിലും അധികം അഴുക്കില്ല; അടിത്തട്ടു തെളിഞ്ഞുകാണാം. തെളിമണലും ഉരുളൻകല്ലുകളുമെല്ലാം. അതിനാലാണ് ഓടിയാലും കുഴപ്പമില്ലെന്ന് ഞാൻ പറഞ്ഞത്".

"മനസ്സിലായി അമ്മേ!" അവൾ വെള്ളം തെറിപ്പിച്ചുകൊണ്ട് അരുവിയിലൂടെ അക്കരയിലേക്ക് ഓടിപ്പോയി.

ഇതെന്തൊരമ്മയാണപ്പാ!

ഒരു ഒട്ടകവും ഒട്ടകത്തിന്റെ മകനും മരുഭൂമിയിലൂടെ യാത്ര ചെയ്യുകയായിരുന്നു. ദിവസങ്ങൾ നീളുന്ന യാത്ര.

ഒട്ടകക്കുട്ടൻ മരുഭൂമിയിൽതന്നെയാണ് പിറന്നുവീണത്. മുല കുടി മാറിയിട്ടില്ല. കാര്യങ്ങൾ ഓരോന്ന് പഠിച്ചുവരുന്നതേയുള്ളൂ.

അമ്മയൊട്ടകത്തിനു നന്നേ ക്ഷീണം തോന്നി. അവൾ സ്വയമെന്നോണം പറഞ്ഞു

"അൽപം പുല്ലുകിട്ടിയിരുന്നെങ്കിൽ വിശപ്പടക്കാമായിരുന്നു. വെള്ളവും വേണം. വല്ലാത്ത ദാഹവും അനുഭവപ്പെടുന്നുണ്ട്".

"അതെന്താണമ്മേ, വെള്ളമെന്നും പുല്ലെന്നുമൊക്കെ പറഞ്ഞാൽ?" മകൻ സംശയം ചോദിച്ചു.

"നീ മുകളിലേക്കു നോക്കൂ. അതിന്റെ പേര് ആകാശം എന്നാണ്. അതിന്റെ നിറം നീലയാണ്. നാം നടന്നുപോകുന്ന ഈ മരുഭൂമിയുടെ നിറമെന്താണെന്ന് നിനക്കറിയിയോ?"

"ഇല്ല"

"മരുഭൂമിയുടെ നിറം മഞ്ഞ. അതിലെവിടെയെങ്കിലും ആകാശത്തിന്റെ ഒരു കഷണം വീണുകിടക്കുന്നതുപോലെ നീല നിറം കണ്ടാൽ അതു വെള്ളമാണെന്നു മനസ്സിലാക്കിക്കോളൂ. എന്റെ പാലു കുടിക്കുന്നതുപോലെ അതു കുടിച്ചാൽ നിനക്ക് ഉത്സാഹം വർധിക്കും".

"അപ്പോൾ പുല്ലോ അമ്മേ?"

"വെള്ളത്തിനടുത്തുതന്നെ പുല്ലും ചെടികളും വളർന്നു

നിൽപുണ്ടാവും. അതിന്റെ നിറം പച്ചയാണ്. കടിച്ചുതിന്നാൽ വിശപ്പുമാറും. അങ്ങിനെ കാണുന്ന സ്ഥലത്തിനു മരുപ്പച്ച എന്നാണു പറയുക. മനസ്സിലായോ?"

"മനസ്സിലായി". ഒട്ടകക്കുട്ടൻ പറഞ്ഞു. അവർ നടപ്പു തുടർന്നു. കുറേ ചെന്നപ്പോൾ മകൻ പറഞ്ഞു.

"അമ്മേ, അതാ ദൂരെ നീലനിറം കാണുന്നു. പുല്ലും വെള്ളവും അവിടെ കിട്ടുമല്ലോ. നമുക്കങ്ങോട്ടുപോകാം".

"മണ്ടത്തരം പറയുന്നോ? നിന്നെക്കാൾ പൊക്കവും പ്രായ വുമുള്ള ഞാൻ ആദ്യം കാണേണ്ടതല്ലേ അത്? വരൂ വേഗം".

അമ്മയൊട്ടകത്തിന്റെ ഇടത്തേ കണ്ണിന് കാഴ്ചയുണ്ടായിരു ന്നില്ല. അമ്മയുടെ ഇടതുവശം ചേർന്നാണ് മകന്റെ നടപ്പ്. മകൻ

കണ്ടത് അമ്മയ്ക്ക് അതിനാൽ കാണാൻ സാധിച്ചില്ല. തിരിഞ്ഞു നോക്കാൻ മിനക്കെട്ടുമില്ല.

ഒരു രാത്രി കഴിഞ്ഞു. അടുത്ത പകൽ യാത്രയിൽ മകൻ പിന്നെയും ഒരു മരുപ്പച്ച കണ്ടു. അവൻ ആഹ്ലാദത്തോടെ വിളിച്ചു പറഞ്ഞു.

"നീ എന്തിനിങ്ങനെ വിളിച്ചുകൂവുന്നു?" അമ്മ ദേഷ്യപ്പെടുകയാണ് ചെയ്തത്. "ഞാൻ പറഞ്ഞുള്ള അറിവല്ലേ നിനക്കുള്ളൂ? മരുഭൂമിയിൽ ഏറെ വർഷമായി ജീവിച്ചു പരിചയിച്ച എന്നെക്കാൾ അറിവുണ്ടെന്നു നീ ഭാവിക്കരുത്. മരുപ്പച്ച കണ്ടാൽ എനിക്കറിയാം. ഞാൻ പറയാം. നടക്ക് വേഗം!"

അമ്മയുടെ ശാസനയിൽ മകന് ദേഷ്യം തോന്നി. ഞാൻ പറയുന്നത് അമ്മ വിശ്വസിക്കുന്നില്ലല്ലോ എന്ന സങ്കടവും തോന്നി.

രണ്ടുപേരും നടപ്പു തുടർന്നു. ഒരു രാത്രി കൂടി കഴിഞ്ഞു. കുറേ കഴിഞ്ഞപ്പോൾ മകൻ മറ്റൊരു മരുപ്പച്ച കണ്ട് ആഹ്ലാദിച്ചു.

അമ്മയോടു പറയാൻ ഭാവിച്ചതായിരുന്നു അവൻ. പെട്ടെന്ന് അതുവേണ്ടെന്നു വച്ചു. അമ്മ വിശ്വസിക്കുന്നില്ലല്ലോ. ഇനി അമ്മ പറഞ്ഞുതന്ന കാര്യം ശരിയാണോ, വിശ്വസിക്കാമോ എന്ന് സ്വയം അന്വേഷിച്ചറിയുക തന്നെ.

ഒട്ടകക്കുട്ടൻ നേരെ മരുപ്പച്ച കണ്ട ദിക്കിലേക്കു നടന്നു. അവൻ മരുപ്പച്ചയിലെത്തി വെള്ളമെന്താണെന്നും പുല്ലെന്താണെന്നും കണ്ടറിഞ്ഞു; രുചിച്ചറിഞ്ഞു; സന്തോഷിച്ചു.

എന്നാൽ, ഇടതുകണ്ണിനു കാഴ്ചയില്ലാത്ത ഇടത്തോട്ടു നോക്കാനും മകന്റെ കാഴ്ചപ്പാടുകളെ വിശ്വസിക്കാനും ഒരുങ്ങാത്ത അമ്മയൊട്ടകം അപ്പോഴും വിശന്നു നടക്കുകയായിരുന്നു. അവളുടെ വലത്തെ കണ്ണിൽ അനന്തമായ മരുഭൂമി മാത്രം. ഇടതുവശത്ത് പുത്രൻ നഷ്ടപ്പെട്ടതുപോലും അറിയാത്ത ഏകാന്തതയുടെ മരുഭൂമി മാത്രം. വിശപ്പും ദാഹവും സമ്മാനിക്കുന്ന അഹങ്കാരത്തിന്റെ ശൂന്യത മാത്രം!

ടീച്ചറുടെ കുട്ടികൾ

പുള്ളിക്കോഴിയുടെ പ്രാഥമികവിദ്യാലയത്തിലാണ് ഗ്രാമത്തിലെ പലരും കുട്ടികളെ പഠിക്കാൻ അയച്ചിരുന്നത്. നല്ല അച്ചടക്കവും സ്നേഹവും ലഭിക്കുന്ന വിദ്യാലയമാണ് അതെന്ന് പരക്കെ അറിയപ്പെട്ടിരുന്നു.

പുള്ളിക്കോഴിയുടെ വിദ്യാലയത്തിൽ പനംതത്തയുടെയും പുള്ളിക്കുയിലിന്റെയും കുട്ടികൾ പഠിക്കാനെത്തി. മരംകൊത്തിയുടെയും താറാവിന്റെയും മക്കൾ പഠിക്കാനെത്തി. അവരെയെല്ലാം പുള്ളിക്കോഴി ഒരുപോലെ സ്നേഹിക്കുകയും ശാസിക്കുകയും ചെയ്തു.

ഒരു ദിവസം അവർ എല്ലാവരുംകൂടി വിനോദയാത്രയ്ക്കു പോയി. വിദ്യാലയത്തിനപ്പുറത്തുള്ള വിശാലമായ ലോകം കണ്ട് കുട്ടികൾ ആഹ്ലാദപൂർവം തുള്ളിച്ചാടി.

"ടീച്ചറേ, എന്തു വലിയ മരമാണിത്? എത്ര വിശാലമായ ആകാശമാണീ കാണുന്നത്? എനിക്കു പറക്കാൻ കഴിയും. ഞാനൊന്നു പറന്നോട്ടേ?" തത്തക്കുഞ്ഞു ചോദിച്ചു.

"ടീച്ചറേ, ടീച്ചറേ! ഞാനും തത്തയുടെ കൂടെ പറന്നോട്ടെ? എനിക്കു പറക്കാൻ മാത്രമല്ല, പാടാനും അറിയാം". കുയിൽക്കുഞ്ഞിന്റേതായിരുന്നു ആ അപേക്ഷ.

"കുട്ടികളേ പാടില്ല; അപകടമാണ്! പറന്നുവീണാൽ കാലൊടിയാൻ ഇടയുണ്ട്. നടക്കുന്നതാണ് സുരക്ഷിതത്വം". ടീച്ചർ രണ്ടു പേരെയും അരികെ ചേർത്ത് ഒപ്പം നടന്നു.

അവർ അങ്ങനെ ഒരു പുഴവക്കിൽ എത്തിച്ചേർന്നു. അപ്പോൾ താറാവുകുഞ്ഞു ചോദിച്ചു.

"ടീച്ചറേ, എനിക്കു നീന്താനറിയാം. ഞാൻ ഈ പുഴയിൽ ഇറങ്ങിനീന്തിക്കോട്ടെ?"

"അയ്യോ കുഞ്ഞേ, അരുത്! വെള്ളത്തിലിറങ്ങിയാലുണ്ടല്ലോ, വെള്ളം കുടിച്ചു ചത്തുപോകും! എന്റെ അച്ഛൻ അങ്ങനെയാണ് ചത്തത്. എനിക്ക് വയ്യ, സമാധാനം പറയാൻ. അതാ തോണി വരുന്നുണ്ട്. അതിൽ പോവുകയാണ് സുരക്ഷിതം".

താറാവുകുഞ്ഞു നീന്തിയില്ല. യാത്രാസംഘം പിന്നെ ഒരു മരച്ചുവട്ടിൽ അൽപം വിശ്രമിക്കാൻ തീരുമാനിച്ചു. അപ്പോൾ മരം കൊത്തിക്കുഞ്ഞു ചോദിച്ചു.

"ടീച്ചറേ, ആ മരം കണ്ടില്ലേ? അതിനു പുഴുക്കേടുണ്ടെന്നാ തോന്നുന്നത്. ഞാൻ പോയി അതൊന്നു പരിശോധിച്ചോട്ടേ?"

"ചുമ്മാതിരിക്കെടോ അവിടെ! വല്ലതിന്റെയുമൊക്കെ കേടു നോക്കാനും തീർക്കാനും ഒരു മിടുക്കൻ! അവനവന്റെ കാര്യം നോക്ക്യാൽ മതി, ഇപ്പോൾ". ടീച്ചർ ശാസിച്ചു.

തന്റെ കുട്ടികൾ ഇങ്ങനെ ഓരോന്നു ചോദിക്കുമ്പോഴും ടീച്ചറുടെ ഉള്ളിൽ ഭയം തിളയ്ക്കുകയായിരുന്നു. അവർ വല്ല അപകടത്തിലും ചെന്നു ചാടിയാലോ? മറ്റുള്ളവർക്കു വല്ല അപകടവും ഉണ്ടാക്കിയാലോ എന്ന ഭയം. അതിനാൽ ടീച്ചർ വേഗത്തിൽ കുട്ടികളേയും കൂട്ടി തന്റെ വിദ്യാലയത്തിലേക്കു മടങ്ങുവാൻ തീരുമാനിച്ചു.

അവർ പുഴവക്കിലെത്തി. എല്ലാവരും തോണിയിൽ കയറി. പെട്ടെന്നാണ് ടീച്ചറുടെ കുട വെള്ളത്തിൽ വീണത്. അത് എടുക്കാനുള്ള തിടുക്കത്തോടെ കുട്ടികളെല്ലാം ഒരു വശത്തേക്കു നീങ്ങി. ആ ഭാരത്താൽ തോണി മറിയുകയും ചെയ്തു.

എല്ലാവരും വെള്ളത്തിൽ!

എന്നുപറയാൻ വയ്യ. തത്തയും കുയിലും മരംകൊത്തിയും വെള്ളംതൊടാതെ പറന്ന് അക്കരെയെത്തി. താറാവുകുഞ്ഞ് ടീച്ചറുടെ കുടയും കടിച്ചെടുത്തു നീന്തിയാണ് കര പിടിച്ചത്. നീന്തൽ വശമില്ലാതിരുന്ന ടീച്ചറെ തോണിക്കാരനും ഒരുവിധം രക്ഷപ്പെടുത്തി.

വിദ്യാലയത്തിൽ തിരിച്ചെത്തിയ ടീച്ചർ വളരെ മാറിയിരുന്നു. അവർ പല പരിഷ്കാരങ്ങളും നടപ്പാക്കി. കുട്ടികൾക്ക് അവരുടെ ജന്മവാസനകളെ വളർത്താൻ പരമാവധി അവസരങ്ങൾ ലഭിച്ചു.

ആ വിദ്യാലയത്തിലെ കുട്ടികളാണ് അടുത്തവർഷം സംസ്ഥാനതലമത്സരങ്ങളിൽ സംഗീതത്തിനും നൃത്തത്തിനും നീന്തലിനുമുള്ള സമ്മാനങ്ങൾ കരസ്ഥമാക്കിയത്.

അവൻ പിന്നെയും...

മണ്ണ് പറഞ്ഞു.
"ഈ മരം എന്റേതാണ്;
ഞാനതിനെ വളർത്തും".
ജലം പറഞ്ഞു:
"അമ്മേ, നിന്നിലെ മുലപ്പാലായൊഴുകി
ഞാനതിനു ശക്തി പകരും".
കാറ്റു പറഞ്ഞു:
"തടവിയും താരാട്ടുപാടിയും
ഞാനിവളെ ശാന്തമായി ഉറക്കും".
സൂര്യൻ പറഞ്ഞു:
"എന്റെ ആയിരം കൈകളാൽ
ഇവളെ ഞാൻ തൊട്ടുണർത്തി ചിരിപ്പിക്കും".
ആകാശം പറഞ്ഞു:
"ഞാനെന്റെ നക്ഷത്രക്കണ്ണുകളാൽ
ഓരോ തളിരിലും പൂവിലും കൂടിയുള്ള
ഇവളുടെ വളർച്ച കണ്ട് ആനന്ദിക്കും".
പക്ഷെ, മഴുവുമായി വന്ന
മനുഷ്യൻ ആക്രോശിച്ചു:
"നിന്നെ ഞാൻ വെട്ടിക്കൊല്ലും!
എനിക്കു പണം വേണം, പണം!
എനിക്ക് വീട്‌വെക്കണം,
കസേരയും കട്ടിലും വേണം.
നിന്നെ ഞാൻ വെട്ടിക്കൊല്ലും."
അതുകേട്ട് പഞ്ചഭൂതങ്ങൾ നടുങ്ങി.

പഞ്ചമാതാക്കൾ നടുങ്ങി.
ഉരുൾപൊട്ടലുണ്ടായി;
വെള്ളപ്പൊക്കവും കൊടുങ്കാറ്റും
അഗ്നിവർഷവും ഉണ്ടായി.
മനുഷ്യന്റെ ധമനികൾ പൊട്ടി
മാംസം ചിതറിത്തെറിച്ചു.
പ്രാണവായുവിന്നുഴറി അവൻ നടന്നു.
ആർത്തിപുരണ്ട തുറുകണ്ണുകളിൽ

തണലിനും കുളിരിനും
പൂവിനും പഴത്തിനും വേണ്ടിയുള്ള
നിലവിളി ദൃശ്യമായിരുന്നു.
ദയ തോന്നിയ കാറ്റ്
എവിടെനിന്നോ ഒരു വിത്തുകൊണ്ടുവന്നു
അവന്റെ ജഡത്തിൽ നിക്ഷേപിച്ചു.
ആകാശം കണ്ണീർ പൊഴിച്ചു.
അതു പതുക്കെ വളരുകയായി.
വളരുന്നത് ജഡമോ വിത്തോ?
അറിയില്ല.
വളർന്നുവന്നതിനെ എന്തുവിളിക്കും?
മരമെന്നോ മനുഷ്യനെന്നോ?
മനുഷ്യമരമെന്നോ മരമനുഷ്യനെന്നോ?
എന്തായാലും മറ്റൊരു മനുഷ്യൻ
വൈകാതെ അവിടെ എത്തി;
കൈയിലെ മഴു ഉയർത്തി
അവൻ ആഞ്ഞുവെട്ടി!
"അയ്യോ!"
മരം നിലവിളിച്ചു!
പ്രാണവേദനയോടെ അതുപറഞ്ഞു:
"അരുതുമകനേ! ഇതു ഞാനാണ്.
മരഹത്യ നരഹത്യയാണ്,
പാപമാണ് മകനേ,
അരുത്, വെട്ടരുത്!"
പക്ഷെ, ആ ഭാഷ;
അമരഭാഷ അറിയാത്ത മനുഷ്യൻ
പിന്നെയും മഴു ഉയർത്തി;
മഴു പിന്നെയും...
പിന്നെയും...
നിലവിളികളുയർത്തി!